AF747035

சிகரம் தேடி

முதல் தலைமுறை தொழில்முனைவோருக்கான
ஒரு வழிகாட்டி

அ. தில்லை ராஜன்

தில்லை ராஜன் பள்ளிப் படிப்பை வேலூரில் உள்ள ஊரீசு மேல்நிலைப் பள்ளியில் முடித்தார். பின்னர் இராஜஸ்தான் மாநிலத்தில் பிலானி என்னும் இடத்தில் உள்ள பிர்லா தொழில்நுட்பம் மற்றும் அறிவியல் நிறுவனத்தில் இரசாயனப் பொறியியலில் பட்டப் படிப்பும் உயிரியலில் முதுகலைப் பட்டப் படிப்பும் பயின்றார். பிறகு பெங்களூரில் உள்ள இந்திய மேலாண்மை நிறுவனத்தில் முனைவர் பட்டம் பெற்றார். அதன் பின்னர் ஐ.எல்.எஃப்.எஸ் நிறுவனத்தில் தமிழ்நாடு அரசு ஏற்படுத்திய 'எமர்ஜிங் டெக்னாலஜீஸ் துணிகர நிதி'யின் மேலாளராகப் பணியாற்றினார். பிறகு இன்ஃபோசிஸ் நிறுவனத்தில் மேலாளராக இருந்தார். 2005-ம் ஆண்டு பிரிட்டிஷ் அரசின் ஷெவெனிங் குருகுல் ஃபெலோஷிப் கிடைக்கப்பெற்று லண்டன் பொருளாதாரக் கல்லூரியில் உலகமயமாக்கல் மற்றும் தலைமைத்துவம் பற்றிய நிர்வாகக் கல்விப் பயிற்சியை மேற்கொண்டார்.

தற்போது இந்தியத் தொழில் நுட்பக் கழகத்தில் மேலாண்மைப் படிப்பு மற்றும் ஆராய்ச்சித் துறையில் இணைப் பேராசிரியராக இருக்கிறார். சென்ற ஆண்டு அமெரிக்க மற்றும் இந்திய அரசுகள் ஏற்படுத்தியுள்ள ஃபுல்ப்ரைட்-நேரு ஃபெலோஷிப் மூலம் ஹார்வர்ட் பல்கலைக்கழகத்தில் ஆராய்ச்சிக்காகச் சென்றார். சமீபத்தில், அவருடைய நண்பர் வெங்கடேஷுடன் சேர்ந்து, Money-Wizards என்னும் நிறுவனத்தைத் தொடங்கி அதில் இயக்குநராகவும் இருக்கிறார்.

சிகரம் தேடி

முதல் தலைமுறை தொழில்முனைவோருக்கான
ஒரு வழிகாட்டி

அ. தில்லை ராஜன்

கிழக்கு

சிகரம் தேடி: முதல் தலைமுறை தொழில்முனைவோருக்கான ஒரு வழிகாட்டி
Sigaram Thedi
by A. Thillairajan ©

First Edition: December 2012
152 Pages
Printed at Repro Knowledgecast Limited, Thane.

ISBN: 978-81-8493-747-3
Title No. Kizhakku 711

Kizhakku Pathippagam
177/103, First Floor,
Ambal's Building, Lloyds Road,
Royapettah, Chennai 600 014.
Ph: +91-44-4200-9603

Email : support@nhm.in
Website : www.nhm.in

Author's Email: thillair@iitm.ac.in; thillai@money-wizards.com

Kizhakku Pathippagam is an imprint of New Horizon Media Private Limited

என்னுடன் மனம் திறந்து தங்கள்
அனுபவங்களைப் பகிர்ந்துகொண்ட
அனைத்துத் தொழில்முனைவோருக்கும்

அத்தியாயத் தலைப்புகள்

முன்னுரை

சுயமாகத் தொழில் அல்லது வியாபாரம் செய்து சாதிக்க வேண்டும் என்கிற எண்ணம் நம் நாட்டவர்க்கு மிகவும் அதிகம். அதிலும் இந்தியாவில் உள்ள குறு, சிறு மற்றும் நடுத்தர நிறுவனங்களைப் பார்த்தோமானால் இத்தகைய சுயதொழில் செய்யும் போக்கு தமிழ் மக்களுக்கு மேலும் அதிகம் என்றே சொல்லவேண்டும். ஏனெனில், அண்மையில் நடத்திய கணக்கெடுப்பின்படி குறு, சிறு மற்றும் நடுத்தர நிறுவனங்களின் எண்ணிக்கை இந்தியாவிலேயே தமிழ்நாட்டில்தான் அதிகமாக உள்ளது. எண்ணிக்கை அதிகமானாலும் இந்நிறுவனங்களும் அதன் உரிமையாளர்களும் எதிர்கொள்ளவேண்டிய தடைகள் குறைந்தபாடில்லை. அதிலும் குறிப்பாக, முதல் தலைமுறை இளம் தொழில்முனைபவர்களுக்கு இத்தகைய இடர்கள் இன்னும் அதிகமாகவே இருக்கும். தொழில்முனைவோர் வளர்ச்சிக்காகப் பல திட்டங்கள் அண்மையில் வகுக்கப் பட்டிருந்தாலும் அது பற்றிய தகவல்கள் பலரையும் சென்று சேரவில்லை என்றே சொல்லவேண்டும்.

இந்தச் சூழ்நிலையை மையமாக வைத்து எழுதப்பட்ட நூல்தான் இது. இளம் தொழில்முனைபவர்கள், அதிலும் குறிப்பாக முதல் தலைமுறை தொழில்முனைபவர்கள் சந்திக்கும் பிரச்னைகள், அவற்றைக் கையாளும் வழிமுறைகள், தொழில் வளர்ச்சியைச் செம்மைப்படுத்தும் உத்திகள் எனப் பலதரப்பட்ட தலைப்புகளில் என்னுடைய எண்ணங்களை இந்நூலில் தொகுத்து வழங்கியுள்ளேன்.

இந்நூல் முதலில் தொடர் கட்டுரைகளாக, நாணயம் விகடன் இதழில் வெளியானது. என்னுடைய கருத்துக்களுக்கு வடிவம் கொடுத்து உலகுக்கு முதலில் வெளிப்படுத்தியமைக்கு நாணயம் விகடன் இதழுக்கு என் முதற்கண் நன்றி. இக்கட்டுரைகளை ஒரு தொகுப்பாக புத்தக வடிவில் பதிப்பித்து அதன் நிரந்தரத்

தன்மையை அதிகரித்துள்ளது கிழக்கு பதிப்பகம். அவர்களுக்கும் என்னுடைய மனமார்ந்த நன்றி. குறிப்பாக, புத்தக வடிவில் என் கட்டுரைகளை வெளிக்கொண்டு வருவதற்கு ஊக்கப்படுத்திய கிழக்கு பதிப்பகத்தின் பதிப்பாளர் பத்ரி சேஷாத்ரிக்கு நன்றி.

இப்புத்தக வெளியீடு, சென்னையில் நடைபெற்ற தொழில் முனைவோர்களுக்கான வருடாந்தர மாநாடான TiECON 2012ல் பல வெற்றிகரமான மற்றும் வருங்காலத் தொழில்முனைவர் களின் மத்தியில் நடைபெற்றது. இத்தகைய ஒரு பிரம்மாண்ட மான மேடையில் இந்த நூலை வெளிக்கொண்டு வருவதற்கான ஒரு வாய்ப்பை அளித்த TiE Chennai நிர்வாகத்தினருக்கும் என் நன்றி. இளம் தொழில்முனைவோர் சமூகத்துக்கு மிகப் பெரிய சேவைகளைச் செய்துவரும் இந்நிறுவனம் வரும் வருடங்களில் மேலும் மேலும் தழைத்து வளரவேண்டும் என்று விரும்பு கிறேன்.

தமிழில் என் கருத்துகளை வெளிக்கொண்டு வருவதில் நான் மேற்கொண்ட முதல் முயற்சி இது. வாரக் கட்டுரையாக இது வெளி வந்தபோது அதைத் தவறாமல் படித்து என்னை ஊக்கு வித்து, என் முயற்சியை மேலும் மெருகேற்ற ஆக்கபூர்வமான விமர்சனம் அளித்த என் பெற்றோருக்கும் என் மனைவி கவிதாவுக்கும், ஏன், என் ஒன்பது வயது மகள் அருந்ததிக்கும் நான் மிகவும் கடமைப்பட்டுள்ளேன். நான் இம்முயற்சியை மேற்கொள்வதற்கான அடித்தளம் அமைத்துக் கொடுத்து, நலம் விரும்பியாக இருந்த என் நண்பரும், மணி விசார்ட்ஸ் நிறுவனத் தின் நிர்வாக இயக்குனருமான வெங்கடேஷுக்கு நன்றிகள் பல.

புத்தகத்தைக் கையில் வைத்திருக்கும் வாசகர்களான உங்களுக் கும் என் நன்றி. கட்டுரை வடிவில் வெளியான போது வாசகர்கள் காட்டிய உற்சாகம்தான் புத்தக வடிவில் இதைக் கொண்டு வருவதற்கு ஒரு மிகப் பெரிய தூண்டுதலாக இருந்தது. உங்கள் கருத்துகளை மின்னஞ்சல் மூலம் எனக்குத் தெரியப்படுத்துங்கள். உங்களின் இன்றைய தினம் இனிதாக அமைவதற்கு என் மனமார்ந்த வாழ்த்துகள்.

அ. தில்லை ராஜன்

இணைப் பேராசிரியர், இந்திய தொழில்நுட்பக் கழகம், சென்னை
மற்றும் இணை நிறுவனர், மணி விசார்ட்ஸ்.

1

வெற்றியின் ரகசியம்

1991-ல் ஆரம்பித்த தாராளமயக் கொள்கைகளாலும் பொருளாதாரச் சீர்திருத்தத்தாலும் கடந்த 20 ஆண்டுகளில் இந்தியாவின் பொருளாதார வளர்ச்சி பன்மடங்கு உயர்ந்திருக்கிறது என்பது மறுக்க முடியாத உண்மை. அமெரிக்காவின் பொருளாதார வளர்ச்சி ஆண்டுக்கு 2-3% என இருக்கும்போது, இந்தியாவின் வளர்ச்சியோ கடந்த பத்து ஆண்டு களில் சராசரியாக எட்டு சதவிகிதத்தை எட்டி யுள்ளது. இது பாராட்டுக்குரிய விஷயம்தானே.

இத்தகைய பொருளாதார வளர்ச்சியை (இதைப் புரட்சி என்றுகூடச் சொல்லலாம்) எட்டுவதற்கு முக்கியப் பங்காற்றியவர்கள் தொழில்முனை வோர்கள். பெங்களூரில் உள்ள இன்போசிஸ் நிறுவனம் பற்றி நீங்கள் அறிந்திருக்கலாம். 1981-ல் ஆரம்பிக்கப்பட்ட இந்த நிறுவனம் கடந்த முப்பது ஆண்டுகளில் பலமுறை வளர்ந்து இன்று ஆண்டுக்கு 27,000 கோடி ரூபாய்க்கும் மேலான வருவாயை ஈட்டுகிறது. ஒரு லட்சம் பேருக்குமேல் இந்த நிறுவனத்தில் வேலை செய்கிறார்கள். இன்போசிஸ் மாதிரி பல நூறு நிறுவனங்கள், பல்வேறு

துறைகளில் இன்று தொழில் முனைவோரின் சாதனைக்கு எடுத்துகாட்டாகத் திகழ்கின்றன. இத்தகைய சாதனைகள் பலருக்கும் உத்வேகத்தை அளித்திருக்கின்றன.

இந்தியாவில் தொழில்முனைவது என்பது கடந்த ஆண்டுகளில் பல பரிமாணங்களில் விரிவடைந்தும் வளர்ந்தும் உள்ளது. முதலாவதாகப் பார்க்கப்போனால் 1990-க்குமுன் தனியார் முதலீடு என்பது மிகவும் குறைந்த நிலையிலேயே காணப் பட்டது. தனியார் துறையில் வேலை வாய்ப்புகளும் மிகவும் குறைந்தே காணப்பட்டன. படித்தவர்கள் பலருக்கும் வேலை கிடைப்பதே குதிரைக் கொம்பாக இருந்தது. படித்த பட்டதாரி யின் போராட்டத்தை அக்காலத்தில் வெளி வந்த 'வறுமையின் நிறம் சிவப்பு' போன்ற படங்கள் நன்கு சித்திரித்தன. அரசின் வேலை வாய்ப்பு அலுவலகங்களையே பெரும்பாலானோர் நம்பியிருந்தனர். இன்று இருப்பதுபோல் தனியார் வேலை வாய்ப்பு ஆலோசகர்கள் என்போரே அப்போது இல்லை.

கேம்பஸ் பிளேஸ்மெண்ட் எனப்படும் முறையில் நிறுவனங்கள் நீங்கள் படிக்கும் கல்லூரிக்கே நேரடியாக வந்து உங்களை வேலைக்கு எடுத்துக்கொள்வது என்பது நினைத்துக்கூடப் பார்க்க முடியாததாக இருந்தது. இத்தகைய சூழ்நிலையில், தொழில் முனைவதை ஊக்கப்படுத்துவதற்காக, அரசு பல திட்டங்களை உருவாக்கியது. இதனால் பெரும்பாலான இளைய தொழில்முனைவோர்கள் சுய தொழில்களைச் செய்ய முனைந்தார்கள். ஆனால், பலருக்கு இது விரும்பி எடுத்த முடிவாக அல்ல, கட்டாயத்தினால் எடுத்த முடிவாக அமைந்தது.

இன்றோ, பலர், தொழில்முனைதலை விருப்பப்பட்டு செய்கிறார் கள். பல வேலை வாய்ப்புகள் இருந்தும் அதையெல்லாம் உதறித் தள்ளிவிட்டு தொழில்முனைவதில் ஈடுபட்டுள்ள பலரை நான் நன்கு அறிவேன். நல்ல வேலையில் இருப்போர் பலரும், ஒரு காலகட்டத்தைத் தாண்டியவுடன் தாம் விரும்புவதைச் செய்வதற்காக வேலையைத் துறந்து சொந்த நிறுவனங்களைத் தொடங்குகின்றனர்.

நான் தற்போது இயக்குனராக இருக்கும் Money-Wizards கம்பெனியைத் தொடங்கிய வெங்கடேஷும் அவ்வகையைச் சேர்ந்தவர்தான். 1997 முதல் 2011 மே மாதம் வரை இவர் இந்தியாவிலும் சிங்கப்பூரிலும் பன்னாட்டு நிறுவனங்களில் மிக

உயரிய பதவிகளை வகித்துவந்தார். மிகவும் சொகுசான வாழ்க்கையை விட்டுவிட்டு இப்போது தன் விருப்பத்தினால் தொழில்முனைபவராக மாறியிருக்கிறார்.

ஆக, தொழில்முனைதல் என்பது இன்று கட்டாயத்தின் பிடியிலிருந்து விரிவிடைந்து, விருப்பத்தோடு செய்யும் செயலாக மாறியுள்ளது.

இரண்டாவதாகப் பார்க்கப் போனால், இந்தத் தொழில் முனைதல் என்பது நகர்ப்புறங்கள் மட்டுமல்லாது புறநகர் மற்றும் கிராமங்களிலும் வளர்ச்சி அடைந்திருக்கிறது. எப்படி என்கிறீர்களா? ஓர் உதாரணம் சொல்கிறேன். இன்று மகளிர் சுய உதவிக் குழுக்கள் பல்லாயிரக்கணக்கில் உருவாகியுள்ளன. இக்குழுக்கள் மூலம் பலர், மைக்ரோஃபைனான்ஸ் நிதி நிறுவனம் அல்லது வங்கிகளிலிருந்து கடன் பெற்று பல்வேறு தொழில்களைத் தொடங்குவதை நான் பற்பல மாவட்டங்களில் பார்த்திருக்கிறேன். கணினி மையம், தொலைபேசி மையம், கைப்பேசி ரீசார்ஜ் மையம், அழகுக்கலை மையம் (பியூட்டி பார்லர்), பொருட்கள் விநியோகம் என பலதரப்பட்ட தொழில் களைத் தொடங்கி தங்கள் குடும்பத்துக்குக் கூடுதல் வருமானம் பெற்றுத் தருகிறார்கள்.

தொழில்முனைவது என்பது பல கோடி ரூபாய் வருமானம் பெற்று பல நூறு மக்களுக்கு வேலை வாய்ப்பு அளிப்பது மட்டுமல்ல. இத்தகைய சிறு மற்றும் குடும்பத் தொழில் செய்பவர்களையும்கூட நான் தொழில்முனைபவர்களாகவே கருதுகிறேன்.

மூன்றாவதாகப் பார்க்கப் போனால் தொழில்முனைதல் என்னும் லட்சியத்தை அடைவது இன்று பலராலும் முடிகிறது. பத்துப் பதினைந்து வருடங்களுக்குமுன்பு இவ்வளவு வங்கிக் கடன் வசதிகளும் துணிகர நிதி நிறுவனங்களும் இருந்ததில்லை. இதனால் வியாபாரம் அல்லது தொழில் செய்தல் என்பது பரம்பரையாக அதில் ஈடுபட்டு இருந்தவர்களாலேயே முடியும் என்ற கருத்து பரவலாக இருந்தது. ஆனால் இன்றோ, சூழ்நிலை முற்றிலும் மாறியுள்ளது. சாதிக்கவேண்டும் என்கிற எண்ணம் கொண்டவர்களுக்கு இன்று ஊக்க சக்தி அளிக்க முன்வருவோர் ஏராளம். விளைவு, பலர் முதல்முறையாகத் தொழில் முனைதலில் களம் இறங்கியிருக்கின்றனர். அதில் பலர் தங்கள்

அசாதாரண உழைப்பு மற்றும் திறனால் நிஜ வாழ்வின் உண்மைக் கதாநாயகர்களாக ஆகியிருக்கின்றனர்.

இந்தப் புத்தகம், இத்தகைய முதல் தலைமுறை தொழில் முனைவோர் ஆகவேண்டும் என்று கனவு காண்பவர்களுக்காக எழுதப்பட்டது. அவர்கள் எதிர்கொள்ளவேண்டிய சவால்கள் பற்றியும், அவற்றை எதிர்கொண்டு சமாளித்து வெற்றி பெற்ற சாதனையாளர்களைப் பற்றியும்தான் இது பேசப்போகிறது.

'யாரடா இவன்? தொழில்முனைவதில் இருக்கும் சவால்கள் பற்றி இவனுக்கு என்ன தெரியும்?' இன்று நீங்கள் நினைப்பது எனக்குத் தெரிகிறது. அதற்காக என்னைப் பற்றி ஓரிரண்டு வார்த்தைகள். இளமையை தாண்டி நடுத்தர வருடங்களை முத்தமிடுகின்ற வயது என்று வைத்துக்கொள்ளுங்கள். தொழில் முனைதலில் அனுபவம் கம்மி என்றாலும், என்னுடைய தொழில் முறை வாழ்க்கையில் ஆயிரத்துக்கும் மேற்பட்ட தொழில் முனைவோருடன் பழகி இருக்கிறேன். அமெரிக்கா , பிரிட்டன், ஆஸ்திரேலியா, ஐரோப்பாவின் பல நாடுகள் எனப் பல இடங்களுக்கும் தொழில்நிமித்தமாகச் சென்று வந்திருக்கிறேன்.

அங்கு பலதரப்பட்ட பின்னணியிலிருந்து வந்த தொழில் முனைபவர்களுடன் பழகிய வாய்ப்பு எனக்குக் கிடைத்தது. அந்தச் சந்திப்புகளில் எனக்குக் கிடைத்த அனுபவங்களைப் பற்றித்தான் நான் இங்கு கூறப் போகிறேன். இதை அறிவுரை யாகவோ அல்லது யோசனைகளாகவோ நான் நினைக்க வில்லை. என் அனுபவங்களின் பிரதிபலிப்பாகவே இதனை எழுதுகிறேன். இது கதையும் அல்ல, கட்டுரையும் அல்ல, கட்டுரையாடல் என்று வைத்துக்கொள்வோம். இந்தப் புத்தகத்தை நான் தொடராக நாணயம் விகடன் இதழில் எழுதினேன். அப்போது சில வாசகர்கள் எனக்கு அனுப்பியிருந்த கேள்விகளையும் அவர்களுக்கு நான் அளித்த பதிலையும் ஆங்காங்கே இணைத்துள்ளேன்.

வெற்றி பெற முனைபவர்கள் பலரை நான் சந்திக்கும்போது அவர்களது வெற்றிக்குக் காரணம் என்னவாக இருக்கும் என யோசித்ததுண்டு. வெற்றி என்பது வலிமையானோருக்கு மட்டும் சொந்தமானதல்ல என்று பலரைப் பார்த்தபிறகு புரிந்து கொண்டேன். டேவிட் மற்றும் கோலியாத்தின் கதை நாம்

அறியாததா, என்ன? சும்மாவா சொன்னார்கள், The meek shall inherit the earth என்று?

வசதியான நிலையில் இருப்பவர்கள்தான் வெற்றி பெறுவார்கள் என்கிற நியதி ஒன்றும் இல்லை. மிகவும் கடுமையான பொருளாதாரச் சூழலிலும் போராடி வெற்றிபெற்றோர் ஆயிரக்கணக்கானோர். அவர்களில் சிலரைப்பற்றி நான் பின்னர் சொல்கிறேன்.

வேகத்தோடு செயல்படுவது ஒன்றும் வெற்றிக்கு அடி வகுக்காது. வேகத்தோடு சேர்ந்து விவேகமும் இருக்கவேண்டும். ஆமை புத்திசாலித்தனமாக முயலை ஓட்டப்பந்தயத்தில் வென்றது பழங்கதை என்றாலும் அதன் உண்மை இன்றைக்கும் நிலைத்து நிற்கிறது.

அப்படியானால், வெற்றியைத் தேடித் தரும் கூட்டுக் கலவையின் இரகசிய அங்கம் எது? வலிமை, பண வசதி , வேகம், விவேகம் ஆகியவற்றுக்கெல்லாம் மேற்பட்டு ஓர் உன்னதச் சக்தியை நான் பலரிடம் பார்த்திருக்கிறேன். அது என்ன என்று நீங்கள் கேட்பது என் காதுகளில் விழுகிறது. என் நண்பர் வெங்கட் பகிர்ந்து கொண்ட அசாதாரண உதாரணம் ஒன்று இங்கே என் நினைவுக்கு வருகிறது. அதனை அடுத்த அத்தியாயத்தில் பார்ப்போம்.

2

காற்றுள்ள போதே...

வெங்கட் கூறிய உதாரணத்தைச் சொல்வதற்கு முன் அவரைப் பற்றிச் சில வார்த்தைகளைச் சொல்லி ஆகவேண்டும். நான் 2000-மாவது ஆண்டில் ஐ.எல்.எஃப்.எஸ் நிறுவனத்தில் பணியாற்றிக் கொண்டிருந்தபோது எனக்கு அவருடைய அறிமுகம் கிடைத்தது. அவருடைய வளர்ச்சி என்னை மலைக்க வைத்தது. வெங்கட் ஒரு தொழில் முனைபவர். 1998-2000 காலகட்டம் இந்தியாவின் முதல் தலைமுறை தொழில்முனைபவர்களுக்கு ஒரு பொன்னான காலம் என்று சொல்லலாம்.

இந்தியாவின் மென்பொருள் சேவை நிறுவனங்கள் உலகச் சந்தையில் தமக்கான ஓர் இடத்தை பிடித்துக் கொண்ட காலம் அது. மென்பொருள் சேவையில் கிடைத்த பெயரால், அதனைச் சார்ந்த தொழில்களான தொலைத்தொடர்பு, இணையம், தொழில் நுட்பம் போன்றவையும் நல்ல வளர்ச்சிப் பாதையில் இருந்தன. இத்தகைய தொழில்கள் எல்லாம் ஒட்டுமொத்தமாக நியூ எகானமி இண்டஸ்ட்ரீஸ் என அழைக்கப்பட்டன. இத்தகைய துறையில் புதிய நிறுவனங்கள் ஆரம்பிப்பதற்கு

அதுவே தக்க தருணமாக இருந்தது. பெரிய நிறுவனங்களில் வேலை செய்துகொண்டிருந்த பலர் தங்கள் வேலையை உதறித் தள்ளிவிட்டு தொழில்முனைபவர்களாக மாறினர். இதில் பலரும் முதல் தலைமுறை முனைவோராகவே இருந்தனர்.

இத்தகையோருக்கு தொழில் அனுபவம் இருந்தாலும் சொந்தத் தொழில் செய்வதற்கான நிதி, பற்றாக்குறையாக இருந்தது. அந்நாட்களில் வங்கிகள், இத்தகைய புதிய பொருளாதார நிறுவனங்களுக்குக் கடன் வழங்கவில்லை. நிதிப் பற்றாக் குறையைப் போக்கும்பொருட்டு பல துணிகர நிதி நிறுவனங்கள் (வென்ச்சர் கேபிடல் கம்பெனிகள்) தோன்ற ஆரம்பித்தன. இந்திய அரசும் பல மாநில அரசுகளும் (குறிப்பாக தமிழ்நாடு, கர்நாடகா, ஆந்திரப் பிரதேசம், குஜராத் ஆகியவை) இத்தகைய துணிகர நிதிகளை ஏற்படுத்தி அதன்மூலம் தொழில்முனைபவர் களுக்கு உதவி புரிந்தனர்.

இந்தச் சூழ்நிலையில் நிதியுதவி தேவைப்படும் நிறுவனங் களுக்குத் தகுந்த துணிகர நிதிகளை அணுகுவதற்கும் அவர்கள் விதிக்கும் நிபந்தனைகளைப் புரிந்துகொள்வதற்கும் உதவக் கூடிய இன்வெஸ்ட்மெண்ட் பேங்கிக் எனப்படும் சேவையைச் செய்யும் நிதி திரட்டும் நிறுவனங்கள் தொடங்கப்பட்டன. அத்தகைய நிறுவனம் ஒன்றைத்தான் வெங்கட், அவருடைய கூட்டாளியான வினோத் என்பவருடன் சேர்ந்து தொடங்கினார். தன் சொந்த நிறுவனத்தில் முழு முயற்சியுடன் ஈடுபடும் பொருட்டு, தான் வேறொரு நிதி நிறுவனத்தில் செய்து கொண்டிருந்த வேலையை விட்டெறிந்தார். ஒரு வகையில் பார்த்தால் வெங்கட்டும் ஒரு முதல் தலைமுறை தொழில் முனைபவர்தான். சொந்தத் தொழில் தொடங்கிய நாள்முதல் இன்றுவரை தான் விட்ட பாதையைத் திரும்பிப் பார்க்காமல் ஒருமுகமாக வெற்றிப் பாதையில் முன்னோக்கிச் சென்று கொண்டிருக்கிறார்.

சென்னை மட்டுமின்றி, தமிழகத்தில் உள்ள பல நிறுவனங் களுக்கும் வெற்றிகரமாக நிதி திரட்டியிருக்கிறார் வெங்கட். கடந்த ஏழு வருடங்களில் மட்டும் அவருடைய நிறுவனம் கிட்டத்தட்ட அறுபது வாடிக்கையாளர் நிறுவனங்களுக்கு சுமார் 5,000 கோடி ரூபாய் மதிப்பிலான டீல்களை முடித்துக் கொடுத்திருக்கிறார்கள் என்றால் பார்த்துக்கொள்ளுங்களேன். அவர்கள் சேவை மூலம் நன்மை அடைந்த சில நிறுவனங்கள்,

மாஃபோய், பாரமவுண்ட் ஏர்வேஸ், பாரத் மேட்ரிமனி, மெட்போர்ட் மருத்துவமனை ஆகியவை.

வெங்கட்டின் வெற்றிக்குப் பல காரணங்கள் உண்டு. அதில் முதன்மையானதாக எனக்குப் படுவது சூழலும் (Context) நேரமும் (Timing) தான். *1998-99* ஆண்டில் இத்தகைய நிதி திரட்டும் ஆலோசனைக்குப் பெரும் தேவை வரப்போவதை அவர்களால் தக்க தருணத்தில் உணர முடிந்தது. அதை உணர்ந்தபின் சும்மா இராமல் அத்தருணத்தைத் தனக்குச் சாதகமாகப் பயன்படுத்திக்கொண்டதே அவரது வெற்றியின் தலையாயக் காரணம் என நான் கருதுகிறேன். 'காற்றுள்ள போதே தூற்றிக்கொள்' என்று சும்மாவா சொன்னார்கள்?

சரி, வெங்கட்டை உதாரணமாக வைத்ததுபோக, அவர் சொன்ன உதாரணம்தான் என்ன என்று நீங்கள் கேட்பது எனக்குத் தெரிகிறது. இதோ கூறுகிறேன். நான் ஒரு முறை வெங்கட்டை ஐஐடியில் என்னுடைய வகுப்பு மாணவர்களுக்கு லெக்சர் அளிக்க வரவழைத்தேன். அப்போது அவர் கூறியதைத்தான் இங்கே சொல்லப்போகிறேன்.

வெங்கட் தன் வாடிக்கையாளர் ஒருவருக்காக ஒரு துணிகர நிதி நிறுவனத்திடம் நிதி திரட்டும் முயற்சியில் ஈடுபட்டிருந்தார். அந்த நிறுவனம் ஒரு புதிய தயாரிப்பை உருவாக்குவதில் ஈடுபட்டிருந்தது. அதுவரை யாரும் அத்தகைய தயாரிப்பைச் செய்ததில்லை. அதனால், சந்தையில் அதற்கு எத்தகைய வரவேற்பு இருக்கும் என்று யாராலும் அனுமானம் செய்ய முடியவில்லை.

அப்போது அந்த நிதிநிறுவன மேலாளருக்கும் தொழில்முனை வருக்கும் இடையே நடந்த உரையாடலின் சுருக்கம் இது:

'உங்கள் தயாரிப்புக்குச் சந்தையில் என்ன கிராக்கி இருக்கும் என்று நீங்கள் ஆராய்ச்சி செய்து பார்த்திருக்கிறீர்களா?'

'ஆம். ஒரு தலை சிறந்த மார்க்கெட் ரிஸர்ச் நிறுவனத்தைக் கொண்டு இத்தகைய ஆராய்ச்சியை நான் செய்தேன்.'

'அப்படியா. ரொம்ப நல்லது. அந்த அறிக்கையை எங்களிடம் தர முடியுமா? உங்கள் நம்பிக்கையைப் பார்த்தால் அந்த அறிக்கையின் முடிவுகள் உங்களுக்குச் சாதகமாக இருக்கும் என்று தோன்றுகிறது.'

‘அறிக்கையைக் கொடுப்பதில் எங்களுக்கு ஒன்றும் பிரச்னை இல்லை. ஆனால் அதன் முடிவுகள் சாதகமானதாக இல்லை.’

‘அப்படி இருக்கும்போது நீங்கள் ஏன் உங்கள் திட்டத்தை மாற்றிக்கொள்ளக் கூடாது? ஏன் இந்த விடாமுயற்சி?’

‘சொல்லப்போனால் அந்த அறிக்கையின் முடிவுகள் சாதகமாக இல்லாததுதான் எங்கள் நம்பிக்கையை இன்னும் பலப்படுத்தி யிருக்கிறது. நாங்கள் இப்போது இன்னும் உறுதியாக நம்புகிறோம், எங்கள் தயாரிப்புக்குச் சந்தையில் அமோக வரவேற்பு கிடைக்கும் என்று.’

இத்தகைய உள்ளுணர்வுடன் கூடிய தன்னம்பிக்கையின் கலவை, தொழில்முனைவோருக்கு உபரியாக இருக்கவேண்டும்.

பல வருடங்களுக்கு முன்னால் மணி ரத்னம் இயக்கி, சூப்பர் ஸ்டார் ரஜினிகாந்த், மம்மூட்டி ஆகியோர் நடிப்பில் வெளிவந்த மாபெரும் வெற்றிப் படமான ‘தளபதி’யில் இத்தகைய உள்ளுணர்வுடன் கூடிய தன்னம்பிக்கையின் தாக்கத்தை நன்கு சித்திரித்திருப்பார் . தேவராஜ் (மம்மூட்டி) பலத்த அடிபட்டு மருத்துவமனையில் கவலைக்கிடமான நிலையில் சிகிச்சைக்காக அனுமதிக்கப்பட்டிருக்கிறார். அவரைப் பார்த்து விட்டு வெளியில் வரும் சூர்யாவிடம் (ரஜினிகாந்த்), தேவராஜனின் மனைவி கேட்கிறார்:

‘டாக்டர் என்ன சொன்னாங்க?’

‘அம்மா, பயப்படாதீங்க. அண்ணனுக்கு ஒண்ணுமில்லை, அவர் சரியாகிடுவார்.’

‘டாக்டர் சொன்னாராப்பா?’

‘இல்லைம்மா, அண்ணனே சொல்லிட்டார்.’

முடியாது, நடக்காது, இயலாது என்று கருதும் பெரும்பாலான மக்கள் நடுவில், முடியும் என்று நிரூபித்துக் காட்டி வெற்றி பெற்ற தொழில்முனைபவர்கள் பலரிடம் நிறைந்த அளவில் இருப்பது இந்தத் தன்னம்பிக்கை. இதைத்தான் இப்படிச் சொல்வார்கள்: ‘வாழ்க்கையின் வெற்றி எப்போதும் வலிமை யானவருக்கோ அல்லது வேகமானவருக்கோதான் போய்ச்

சேரும் என்பதில்லை. ஆனால் இறுதியில் வெல்பவர், தன்னால் வெல்லமுடியும் என்று நினைத்த ஒருவர்தான்.'

தொழில் முனைபவர்களிடம் உள்ள அந்த எழுச்சியையும் ஊக்கத்தையும் வார்த்தைகளில் விவரிப்பது கடினம். அவர்களுடன் நெருங்கிப் பழகியவர்களுக்குக்கூட அது ஒரு புரியாத புதிராகவே இருக்கும்.

எவ்வாறு அவர்களால் மிகவும் கடுமையான சூழ்நிலைகளையும் தங்களுக்குச் சாதகமாகப் பயன்படுத்திக்கொள்ள முடிகிறது என்று எனக்கு நானே கேள்வி கேட்டுக்கொண்டதுண்டு. இந்தக் கேள்விக்கு விடை எனக்கு பெங்களூரில் உள்ள இந்திய மேலாண்மை நிறுவனத்தின் பட்டமளிப்பு விழாவில் பல வருடங்களுக்குமுன் கிடைத்தது.

திருபாய் அம்பானியுடன் சம்பந்தப்பட்ட நிகழ்வை இங்கே சொல்கிறேன். ஒரு தொழில்முனைபவராகத் தொடங்கி, தன் வாழ்நாளிலேயே இந்தியாவின் முன்னோடித் தொழிலதிபராக வளர்ந்தவர் அவர். இன்று இந்தியாவின் மிகப் பெரிய தனியார் நிறுவனமாகத் திகழும் ரிலையன்ஸ் இண்டஸ்ட்ரீஸைத் தொடங்கியவர் அவர். தொழில்முனைபவர் பற்றிய புத்தகத்தில் அவரைப் பற்றிக் குறிப்பிடாவிட்டால் அது முற்றுப்பெறாத தாகவே இருக்கும். நான் குறிப்பிட்ட பட்டமளிப்பு விழாவில் திருபாய் அம்பானியின் புதல்வரான அனில் அம்பானி முக்கிய விருந்தினராகக் கலந்துகொண்டார். தனது தந்தையிடம் நடந்த உரையாடலை அன்று அவர் பகிர்ந்துகொண்டார்.

அனில் அமெரிக்காவில் தன்னுடைய படிப்பை முடித்துவிட்டு இந்தியாவுக்குத் திரும்பி வந்தபோது அவருடைய தந்தையிடம் வினவினாராம்: 'எல்லோரும் உங்களுடைய திறமையையும் தொலைநோக்குக் கண்ணோட்டத்தையும் மிகவும் போற்று கிறார்கள். உங்கள் சாதனைகளைக் கண்டு நானும் வியந்து போயிருக்கிறேன். உங்களால் எப்படி இதையெல்லாம் செய்ய முடிகிறது? உங்கள் வெற்றியின் இரகசியம் என்ன?'

அதற்கு அவர் தந்தையார் அளித்த பதில்... அடுத்த அத்தியாயத்தில்.

3

பாட்டுக்கேற்ற நாட்டியம்...

திருபாய் அம்பானி கூறினாராம், 'மகனே, எனக்கும் எல்லோரையும்போலக் கனவு காணும் பழக்கம் உண்டு. ஒரே ஒரு வித்தியாசம்தான். பலர் கண்களை மூடிக்கொண்டு தூங்கும்போது கனவு காண் கின்றனர். நான் முழித்திருக்கும்போது கண்ணைத் திறந்துகொண்டு கனவு காண்பேன். இதுதான் என்னுடைய இரகசியம்.'

தொழில்முனைபவர்கள் வெற்றி பெறுவதற்கு இத்தகைய பார்வையும் கற்பனைச் சக்தியும் வேண்டும். சமுதாயம் மற்றும் சூழலின் போக்கை நன்கு அறிந்து, முன்கூட்டியே அதைச் செயல் படுத்தும் திறன் முக்கியமானது.

சந்தையின் போக்கை அறிவதற்கு செவ்வாய் கிரகத்துக்குச் செல்லவேண்டியதில்லை. இன்றைய நடைமுறை நிலவரத்தைப் பார்த்தாலே போதும். தவறு, பார்த்தால் மட்டும் போதாது, அவதானிக்கவும் தெரிந்திருக்கவேண்டும். பலர் பார்ப்பதோடு மட்டும் நிறுத்திக்கொள்கின்றனர்.

பிரபல துப்பறியும் நிபுணர் ஷெர்லாக் ஹோம்ஸ் பாத்திரத்தை உருவாக்கிய ஆர்தர் கோனான் டாயில் இதைத் தன்னுடைய கதையில் அழகாகச் சித்திரித்திருக்கிறார். ‘போஹீமியாவில் ஓர் ஊழல்’ என்னும் ஷெர்லாக் ஹோம்ஸ் சாகசத்தில் கீழ்வரும் பகுதியைப் பார்க்கலாம்.

ஹோம்ஸ் தன்னுடைய தோழரும் உதவியாளருமான டாக்டர் வாட்சனிடம் அவருடைய கவனக்குறைவை எடுத்துக்கூறுவதாக வரும் பத்தி இது.

ஹோம்ஸ் தன் நாற்காலியில் உட்கார்ந்தவாறே வாட்சனிடம் கூறுகிறார்.

‘நீங்கள் பார்க்கிறீர்கள், ஆனால் அவதானிப்பதில்லை. இது இரண்டுக்கும் வித்தியாசம் உண்டு. உதாரணத்துக்கு நீங்கள் அடிக்கடி முகப்பறையில் உள்ள மாடிப் படிகளில் ஏறி இந்த அறைக்கு வந்திருக்கிறீர்கள் அல்லவா?’

‘ஆமாம். அடிக்கடி.’

‘எத்தனை தடவை அவ்வாறு வந்திருப்பீர்கள்?’

‘நூற்றுக்கணக்கான தடவை.’

‘சரி, அப்படியானால் சொல்லுங்கள், எத்தனை படிக்கட்டுகள் உள்ளன என்று?’

‘எத்தனை? எனக்குத் தெரியாது.’

‘மிகவும் சரி. ஏனெனில் நீங்கள் அவதானித்தது இல்லை. ஆனால் நீங்கள் பார்த்திருக்கிறீர்கள். இதைத்தான் சற்று முன்னர் சுட்டிக் காட்டினேன். ஆனால் எனக்குத் தெரியும் அதில் மொத்தம் பதினேழு படிகள் இருக்கின்றன என்று. ஏனெனில் நான் பார்த்தது மட்டுமல்லாமல் அவதானித்தும் வந்தேன்.’

வாடிக்கையாளர்களுக்கு என்ன தேவைப்படுகிறது, நாளைக்கு அவர்கள் எதை விரும்புவார்கள் என்று சரியாகக் கணிக்கத் தெரியவேண்டும். அப்போதுதான் அதற்கேற்ப முதலீடு செய்து, வரப்போகும் வாய்ப்பைப் பயன்படுத்திக்கொள்ள முடியும். இதில் சிக்கல் என்னவென்றால் இதுதான் தேவை என்று தெளிவாக யாராலும் கூற இயலாது. தொழில்முனைபவர்கள்

ஒரு தீர்க்கதரிசிக்கு உள்ள தொலைநோக்குடன் சந்தையின் போக்கை ஊகிக்கக் கற்றுக்கொள்ள வேண்டும். இவ்வாறு ஊகிப்பது என்பது கலையா? அறிவியலா? இது பிறப்பினால் வருவதா? இல்லை கற்றுக்கொள்ளக் கூடியதா? இதை பற்றிப் பின்னால் விவாதிப்போம்.

முதல் தலைமுறை தொழில்முனைபவர்களைப் பல வகை களாகப் பிரிக்கலாம். முதல்வகையாக நான் கூறப்போவது இவர்களைப் பற்றி. இத்தகைய முனைவோர்கள் பரம்பரை யாகத் தொழில் அல்லது வாணிபம் செய்யும் குடும்பத்தில் பிறந்தவர்கள். இருந்தாலும் இவர்கள் தங்களின் பரம்பரைத் தொழிலுக்கு முற்றிலும் அப்பாற்பட்ட, கொஞ்சம்கூடச் சம்பந்தமே இல்லாத தொழில் செய்ய முற்படுவார்கள். இவர்களையும் முதல் தலைமுறை தொழில்முனைவோர்கள் என்றே நான் கருதுகிறேன்.

என் நண்பர் கணேஷ் தேவராஜ் இப்படிப்பட்டவர்தான். வசதியான குடும்பத்தில் பிறந்தவர். கணேஷ் இதைப் படிக்க நேர்ந்தால் இக்கூற்றை மறுக்க வாய்ப்புண்டு என்பதால் இதனையும் சொல்கிறேன். அவர் பள்ளியிலும் கல்லூரியிலும் படிக்கும்போதே கார் ரேசிங் போட்டிகளில் கலந்துகொண்டு பற்பல வெற்றிகளைப் பெற்றுள்ளார். கார் ரேசிங் போட்டிகளில் கலந்துகொள்வது என்பது நடுத்தர வர்க்கத்தில் உள்ளவர்களால் முடிகிற காரியமா?

கணேஷின் தந்தை தேவராஜ் கோவையில் ஒரு பிரபல தொழிலதிபர். உடுமலைப்பேட்டையில் சொந்தமாக இரண்டு பருத்தி மில்கள் வைத்திருந்தார். 1990-களிலேயே சுமார் நாற்பது கோடி ரூபாய் வருமானம். எழுநூறு பேருக்கு வேலை வாய்ப்பு அளிக்கும் நிறுவனங்கள் அவை. தேவராஜ் கோவையில் சிறந்த தொழிலதிபர்களில் ஒருவராகக் கருதப்பட்டார். தென்னிந்திய நூற்பாலைகள் சங்கம், தென்னிந்திய ஜவுளி ஆராய்ச்சிச் சங்கம் ஆகியவற்றின் தலைவராக இருந்துள்ளார். கணேஷ் தன்னுடைய பள்ளிப் படிப்பையும் பட்டப் படிப்பையும் கோவையில் முடித்தார். பின்னர் மேற்படிப்புக்காக அமெரிக்கா சென்றார். அங்கு முதுகலைப் பட்டமும் இயற்பியலில் ஆராய்ச்சிப் பட்டமும் பெற்றார். பின்னர் அவர் அமெரிக்காவிலேயே சிறிது நாட்கள் பணி புரிந்தார்.

சில நாட்கள் கடந்து அவருக்கு இந்தியா திரும்பும் எண்ணம் வந்தது. அவருடைய தந்தை குடும்பத் தொழிலை ஏற்று நடத்தும் வாய்ப்பை அளிப்பதற்குத் தயாராக இருந்தார். ஆனால் கணேஷ், தான் படித்ததற்கும் குடும்பத் தொழிலுக்கும் சம்பந்தம் ஏதும் இல்லாததை அறிந்தார். அவருக்குத் தொழில் செய்யும் எண்ணம் இருந்தாலும், தான் படித்த மற்றும் பணியாற்றிய துறைகளுடன் சம்பந்தப்பட்ட தொழில்நுட்பம் சார்ந்த ஒன்றையே செய்ய விரும்பினார். இதை அவர் தன் தந்தையிடமும் கூறினார். கணேஷின் விருப்பத்தைக் கேட்ட அவருடைய தந்தைக்கு அது சற்று ஏமாற்றமாக இருந்தாலும் அவருடைய முடிவுக்கு ஆதரவு காட்டினார்.

கணேஷ், சாலிட்டான் டெக்னாலஜீஸ் (Soliton Technologies) என்ற நிறுவனத்தைக் கோவையில் தொடங்கினார். இந்நிறுவனம் வர்ச்சுவல் இன்ஸ்ட்ருமெண்டேஷன், மெஷின் விஷன் ஆகிய பிரிவுகளில் சேவைகளை வழங்கியது. ஆரம்பித்த சில வருடங்களிலேயே அவருடைய நிறுவனம் பல விருதுகள் வாங்கி நல்ல பெயர் பெற்றது. இந்தியாவிலிருந்து Imaging Solution of the Year என்ற விருதைப் பெற்ற ஒரே நிறுவனமாக அது திகழ்ந்தது. இன்று அந்நிறுவனம் நூற்றுக்கும் மேற்பட்ட பொறியாளர்களுக்கு வேலை வாய்ப்பு அளித்து வருகிறது.

கணேஷின் குடும்பம் அவருடைய நிறுவனத்துக்கு முடிந்த அளவுக்கு ஆதரவு காட்டியது. கணேஷின் தந்தை குடும்பச் சொத்திலிருந்து சாலிட்டான் டெக்னாலஜீஸில் முதலீடு செய்தார். கடன் பெற, வங்கி மேலாளர்களுக்கு அறிமுகப் படுத்தி வைத்தார். நம்பிக்கையான ஒரு பணியாளரை கணேஷின் நிறுவனத்தில் நிதி மற்றும் வரவு கணக்குகளைப் பார்க்க உதவியாக அனுப்பி வைத்தார். தேவைப்படும்போதெல்லாம் நல்ல ஆலோசகராக, நலம் விரும்பியாக இருந்தார். ஆனால் அதற்குமேலாக தொழில் விஷயத்தில் நேரடியாக ஏதும் செய்ய இயலவில்லை.

குடும்பத் தொழிலுக்கும் சாலிட்டான் டெக்னாலஜீஸ் சேவை அளிக்கும் துறைகளுக்கும் காத தூரம் இடைவெளி இருந்தது. வாடிக்கையாளர்கள் வேறு, சந்தைகள் வேறு, பிசினெஸ் மாடல் வேறு, போட்டியின் தீவிரமும் வேறாகவே இருந்தது. இதனால், தொழில் செய்யும் குடும்பத்திலிருந்து வந்தாலும், நடைமுறையில் பார்த்தால் கணேஷ் ஒரு முதல் தலைமுறை

தொழிலதிபர்தான். குடும்பத்தின் ஊக்கம் இருந்தாலும் அவருடைய சொந்த முயற்சியாலும் திறனாலும்தான் அவர் தொடங்கிய நிறுவனம் வெற்றி அடைந்தது.

பரம்பரையாகத் தொழில் செய்யும் குடும்பத்திலிருந்து வருபவர்களுக்கு, தொழில் மற்றும் வாணிபம் செய்வதற்கான நுணுக்கங்கள் தெரிந்திருக்கலாம். ஆரம்ப முதலீடு பெறுவதற்கும் அவ்வளவு சிக்கல் இருக்காது. ஆனாலும் புதிய துறையில் இறங்கியதால் இவர்கள் எதிர்கொள்ளும் சோதனைகளும் சவால்களும் புதியவையாகவே இருக்கும். ஆகவே, அதை எதிர்கொள்ளும் அணுகுமுறைகளும் வேறுபட்டதாகவே இருக்க வேண்டும். பாட்டுக்கேற்ற நாட்டியம், ஜாடிக்கேற்ற மூடி என்று நாம் சொல்வதைப் போல.

வசதியான குடும்பத்திலிருந்து வருவது மட்டும் வெற்றிக்கு உத்தரவாதம் இல்லை. மதுரைப் பகுதியில் இருப்பவர்களுக்கு பாரமவுண்ட் ஜவுளி ஆலை பற்றி நன்கு தெரிந்திருக்க வாய்ப்பிருக்கிறது. கருமுத்து தியாகராஜரால் மூன்று தலைமுறைக்கு முன்னால் தொடங்கப்பட நிறுவனம் அது. மிகவும் வெற்றிகரமான நிறுவனம். இந்தியாவின் முன்னோடி ஜவுளி ஆலைகளில் ஒன்றாக அது திகழ்கிறது. அந்நிறுவனம் தயாரிக்கும் ஜவுளிப் பொருட்கள் தரத்துக்குப் பெயர் பெற்றவை. அக்குடும்பத்தில் பிறந்த தியாகராஜன் 2005-ம் ஆண்டு தன் 27-ம் வயதில் பாரமவுண்ட் ஏர்வேஸைத் தொடங்கி விமானப் பயணச் சேவையில் இறங்கினார். முதல் சில மாதங்களில் அந்நிறுவனம் அமோக வெற்றி பெற்றாலும் பற்பல காரணங்களால் இன்று பாரமவுண்ட் ஏர்வேஸ் தன் சேவைகளை ரத்து செய்யும் நிர்பந்தத்துக்கு உள்ளாகியிருக்கிறது.

என்னடா, காசு இல்லாமல் தொழில் தொடங்குவது என்பது முடிகிற காரியமா என்று சோர்வடைய வேண்டாம். தொழில் முனைவோர் பலரும் வெள்ளித் தட்டுடன் பிறக்கவில்லை. நம்மைப் போல் சாதாரணக் குடும்பத்திலோ அல்லது கஷ்டப்படுகின்ற குடும்பத்திலோ பிறந்தவர்கள்தான். முதல் தலைமுறை தொழில்முனைபவர்களில் இரண்டாவது வகையினராக நான் இவர்களைக் கருதுகிறேன். அத்தகையோரில் ஒருவர்தான் ஆனந்தன். அவரைப் பற்றி அடுத்த அத்தியாயத்தில் பார்க்கலாம்.

4

எதிர்நீச்சல்

குலசேகரப்பட்டினம். கேள்விப்பட்டிருக்கிறீர்களா? தூத்துக்குடியிலிருந்து சுமார் ஐம்பது கிலோ மீட்டர் தெற்கே வங்காள விரிகுடா கரையோரம் ஒட்டியிருக்கும் ஒரு கிராமம். மைசூரை அடுத்து தசரா திருவிழாவுக்கு தென்னிந்தியாவில் பெயர் பெற்ற இடம். அவ்வூரில் எழுந்தருளியிருக்கும் முத்தாரம்மனுக்கு தசரா பண்டிகையின் போது ஊரார் அனைவரும் பற்பல உருவங்களில் வேடமணிந்து, பிறரிடம் பிச்சை எடுத்து, அவ்வாறு கிடைக்கும் தொகையைக் காணிக்கையாக்கி வழிபடுவது ஐதீகம்.

பழங்காலத்தில் குலசேகரப்பட்டினம் இலங்கையுடனான வர்த்தகப் போக்குவரத்தில் பெரும்பங்கு வகித்தது. சின்ன கொழும்பு என்று அழைக்கப்பட்டதாகவும் சரித்திரத்தில் இடம் பெற்றுள்ளது. காலப்போக்கில் சுற்றிலும் பல பெரிய துறைமுகங்கள் உருவானதால் வர்த்தகப் போக்குவரத்து அவ்வூரில் படிப்படியாகக் குறைந்து இன்று ஒரு நடுத்தர கிராமமாகவே இருந்துவருகிறது. இங்கு பிறந்தவர்தான் ஆனந்தன்.

சொந்தத் தொழில் செய்வதற்கான பாதை என்பது சமன் செய்யப் படாத பாதை. கல்லும் முள்ளும் நிறைந்தது. ஆரம்பத்தில் பலருடைய ஏளனத்துக்கும் உள்ளாக வேண்டியிருக்கும்.

‘ஒழுங்கா நல்ல வேலைக்குப் போய் காசு சம்பாரிக்காம தொழில் செய்யப் போகிறாராம் தொழில்’ என்று நெருங்கிய உறவினர்களே அங்கலாய்ப்பார்கள்.

நல்ல வேலைக்குச் செல்லும் வாய்ப்பிருந்தும் ஏன் தொழில் முனைபவர் ஆகவேண்டும் என்ற உத்வேகத்தில் பலர் இருக் கிறார்கள்? பிசினஸ் செய்வது என்பது இன்று சாதாரண காரியம் இல்லை. எக்கச்சக்கப் போட்டியை எதிர்கொள்ள வேண்டி வரும். அப்படி இருக்கும்போது ஜெயிக்கிற அணியுடன் சேர்ந்து கொள்ளாமல் தனித்து நிற்க ஏன் முயற்சி செய்யவேண்டும்? அப்படித் தனித்து நின்றால் ஜெயிக்கத்தான் முடியுமா?

தொழில்முனைபவர் பலரும் வெல்வதற்காகவோ அல்லது செல்வந்தராகும் நோக்கிலோ அதில் ஈடுபடுவதில்லை. பலர், தொழில் தொடங்குவதைத் தங்கள் வாழ்க்கையின் லட்சிய மாகவே வைத்துள்ளனர். அத்தகைய எண்ணம் உடையவர்கள், எவ்வளவுதான் சம்பாத்தியமும் சொகுசும் நிறைந்த வேலை கிடைத்தாலும் அதில் மகிழ்ச்சியாக இருப்பது கடினம். தாற்காலிகமாக, குடும்ப அல்லது பிற சூழ்நிலைகளின் காரணமாகப் பிறரிடம் வேலை பார்க்க நேர்ந்தாலும், எப்போது தகுந்த சந்தர்ப்பம் வரும் என்று காத்திருப்பார்கள். அவர்கள் லட்சியத்தை அடையும்வரை திருப்தி அடைய மாட்டார்கள்.

ஏன் இவ்வளவு சிரமப்பட வேண்டும்? அப்படிச் சிரமப்பட்டதன் பலன்தான் என்ன? இக்கேள்விக்குப் பலர் என்னிடம் கூறிய பதில், ‘அடப் போங்க சார்! பலன் மட்டும் கருதி நான் இதைத் தொடங்கவில்லை. எதிர்காலத்தில் வெற்றியோ தோல்வியோ, எது கிடைக்கும் என்று எனக்குத் தெரியாது. ஆனால் எந்த நாளிலிருந்து நான் இதைச் செய்ய ஆரம்பித்தேனோ அன்றி லிருந்து நான் உண்மையாகவே மனப்பூர்வமாக சந்தோஷமா இருக்கிறேன்!’

உண்ட சுவை பின்னர்தான் தெரியும் என்பதுபோல தொழில் முனைதலின் மன நிறைவு அதை அனுபவித்தவருக்கு மட்டுமே தெரியும். கடும் குளிர், உறை பனி, கரடுமுரடான மலைப் பாதை,

இயற்கையின் சீற்றம், தீவிரவாதிகளின் அச்சுறுத்தல் இவற்றை யெல்லாம் எதிர்கொண்டு பலர் கயிலாய மலைக்குச் செல்கின்றனர். ஏன்?

சென்றுவந்த என் நண்பர் ஒருவரிடம் கேட்டேன். கண்கள் விரிய, குழந்தைக்கே உரிய உற்சாகத்துடன் அவருடைய உன்னத அனுபவங்களை உயிரோட்டத்துடன் அவர் சித்திரித்ததை என்னால் அவ்வளவு எளிதில் மறக்க முடியாது. அத்தகையது தான் தொழில்முனைதலின் தாக்கமும்.

என்னடா, ஆனந்தனை அந்தரத்தில் விட்டுவிட்டோமே என்று நினைக்கவேண்டாம். நம் கதைக்கு வருகிறேன். ஆனந்தன் ஓர் ஏழைக் குடும்பத்தில் பிறந்தவர். கூடப் பிறந்த ஓர் இளைய சகோதரி. அப்பா விவசாயம். ஆனந்தனுக்குச் சிறு வயதி லிருந்தே எதையாவது கண்டுபிடிக்கவேண்டும் என்கிற துறுதுறு புத்தி. பள்ளிப் படிப்பில் நாட்டம் இல்லை. பாடம் நடத்தும் நேரத்தில் வகுப்பில் கவனம் இல்லாமல் வேடிக்கை பார்த்துக் கொண்டிருந்ததற்காக ஆசிரியர்களால் கண்டிக்கப்பட்டு, பல முறை வகுப்பறையிலிருந்து வெளியேற்றப்பட்டிருக்கிறார். பெரும்பாலான நேரம் தன்னுடைய கனவுலகிலேயே சஞ்சரித்து வந்தார்.

அவருடைய பழக்கவழக்கங்களைப் பார்த்த அவருடைய தந்தைக்கோ கோபம். ‘சரி, உன்னைப் பார்த்தால் படித்து முன்னேறுவதாகத் தெரியவில்லை. நீ படித்தது போதும். என்னுடன் வேலைக்கு வா. அப்போதுதான் சரிப்பட்டு வருவாய்’ என்று சொல்லிப் பள்ளியை விட்டு நிறுத்திவிட்டார். தன்னுடன் வேலைக்கு உதவியாக அழைத்துச் சென்றார்.

ஆனால், ஆனந்தனுக்கோ, மனத்தில் ஆயிரமாயிரம் யோசனைகள் இருந்தும் அவற்றைத் தொடர முடியவில்லையே என்று இருந்தது. விரக்தியின் பிடியில் சிக்கித் தவித்தார். அவருக்கு ஆதரவளித்து அவரை அவ்வப்போது தேற்றி வந்தது அவரது தங்கை மட்டுமே.

பெரிய நகரங்களில் உள்ள புதுமைக் கண்டுபிடிப்புகளுக்கான ஊக்கத் திட்டங்கள் குலசேகரப்பட்டினம் போன்ற கிராமங்களை அப்போது எட்டியும் பார்த்திராத சூழ்நிலை.

இத்தகைய சூழ்நிலையில்தான் ஆனந்தனின் அறிவுக்குச் சவால் தருவதாக ஒரு சம்பவம் நிகழ்ந்தது. பார்வைக் குறை உள்ள ஒரு முதியவர், தெருவில் கல் தடுக்கி விழுவதைப் பார்த்தார் ஆனந்தன். ஓடிச் சென்று அவரைத் தூக்கிவிட்டு ஆசுவாசப் படுத்தினார். அந்நேரத்தில் மனத்தில் ஒரு பொறி தட்டியது. இவ்வாறு பார்வை குறைவால் கஷ்டப்படுவோருக்கு ஏன் நாம் ஏதாவது செய்யக்கூடாது? யோசித்தார்.

இவர்களைப் போன்றவர்கள் எளிதாக நடந்து செல்வதற்கான உபகரணம் ஒன்றை உருவாக்கும் எண்ணம் ஆனந்தனுக்குத் தோன்றியது. ஆனந்தனின் கூரிய அறிவுக்கு அத்தகைய கருவி ஒன்றை வடிவைப்பது பெரிய சவாலாக இருக்கவில்லை. ஆனால் அந்தக் கருவியைச் செய்தபிறகு என்ன செய்வது என்பது தான் ஆனந்தனுக்குத் தெரியவில்லை. அதை எப்படி வியாபாரம் செய்வது? யார் மூலம் அதை விற்பது? முதலீட்டுக்கு என்ன செய்வது?

இம்மாதிரி நூறு கேள்விகள் அவரை வாட்டி எடுத்தன. யோசித்துப் பாருங்கள். நீங்கள் ஆனந்தனாக இருந்திருந்தால் என்ன செய்திருப்பீர்கள்? என்ன செய்திருக்க முடியும்?

நடப்பது நடக்கட்டும் என்றிருந்த ஆனந்தனுக்கு, வாய்ப்பு தானாகவே வந்து கதவைத் தட்டியது. தேநீர் அருந்தச் சென்ற ஆனந்தனுக்கு, செய்தித்தாள் ஒன்றில் வந்திருந்த விளம்பரம் ஏதேச்சையாகக் கண்ணில் பட்டது. ‘ரூரல் இன்னோவேஷன் நெட்வொர்க்’ என்கிற அமைப்பு அடித்தள அளவில் கண்டு பிடிப்புகளைச் செய்வோருக்காக (Grassroots innovators) ஒரு போட்டி நடத்தப்போவதாக அந்த விளம்பரம் சொன்னது. அதில் வெற்றி பெறுவோருக்கு விருது வழங்கப்படும் என்றும், அவர்கள் உருவாக்கிய கண்டுபிடிப்பைப் பலருக்கு நிரூபணம் செய்யும் வாய்ப்பும், தேவைப்படுவோருக்கு அவர்கள் கண்டு பிடிப்பை ஆதாரமாக வைத்துத் தொழில் தொடங்கத் தொடக்க நிலை நிதி பெறுவதற்கான வாய்ப்பும் கிட்டும் எனக் குறிப்பிடப் பட்டிருந்தது.

வாழ்க்கைப் போக்கு சில நொடிகளிலேயே முற்றிலுமாக மாறிவிடும் அனுபவம் நம்மில் பலருக்கு நடந்திருக்கலாம். ஆனந்தனின் வாழ்வில் அந்தச் சில நொடிகள் ஒரு பெரும்

அஷோக் சேகர்: நான் தற்போது அமெரிக்காவில் மென்பொருள் துறையில் வேலை செய்கிறேன். ஆனால் என் ஆர்வமே தொழில்முனைவராக ஆவதுதான். ஆனால் எனக்கு தொழிலில் அனுபவமும் இல்லை; என் குடும்பமும் அந்தப் பின்னணி கொண்டதல்ல.

என் நண்பர் ஒருவர் இருக்கிறார். பத்து ஆண்டுகள் ராணுவத்தில் பணியாற்றியவர். இப்போது மாற்று எரிசக்தித் துறையில் மேலாளராகப் பணி புரிகிறார். நாங்கள் இருவரும் சேர்ந்து மாற்று எரிசக்தித் துறையில் இந்தியாவில், குறிப்பாகத் தமிழகத்தில், தொழில் தொடங்க ஆசைப்படுகிறோம். அதுவும் குறிப்பாக சூரிய ஒளி மின்சாரம் தொடர்பாக. நாங்கள் இருவரும் எலெக்ட்ரிகல், எலக்ட்ரானிக்ஸ் துறையில் படித்திருக்கிறோம்.

எங்கள் நோக்கமே, தமிழகத்தின் ஒவ்வொரு கிராமமும், அரசை எதிர்பார்க்காமல், சுயமாகவே ஆற்றல் துறையில் தன்னிறைவு கொண்டவர்களாக ஆக்குவது. கூடவே எங்களுக்காகப் பணம் சம்பாதிப்பதும்தான். இதைப்பற்றி யோசித்துக்கொண்டே இருக்கிறோம், ஆனால் எங்கிருந்து தொடங்குவது என்று தெரியவில்லை. யாராவது எங்களை வழிநடத்தினால் நன்றாக இருக்கும்.

இப்போதிருக்கும் வேலையை நாங்கள் இருவருமே உதறிவிடத் தயாராக இருக்கிறோம். என் கேள்வி: எப்படி எங்கள் திட்டம் பற்றிய SWOT அனாலிசிஸ் செய்வது? யார் எங்களுக்கு வழிகாட்ட முடியும்? எங்களுக்கு வரும் சந்தேகங்களை யாரிடம் கேட்டுத் தெளிவு பெற முடியும்? யாரிடம் கேள்விகள் கேட்கலாம்?

உங்கள் உதவிக்கு நன்றி.

அன்புள்ள அஷோக் சேகர்:

பிசினஸ் செய்வதில் முன் அனுபவம் இல்லாத தொழில் முனைபவருக்கு முதலில் தேவைப்படுவது பணமோ அல்லது திட்டங்களோ அல்ல. நம்பிக்கையான அறிவுரையும் வழிகாட்டுதல் சேவையும் மட்டுமே. இத்தகைய சேவையின் முக்கியத்துவத்தை இன்று பலரும் உணர்ந்திருக்கிறார்கள். பல

தொழில்முனைபவர் சங்கங்களில் உறுப்பினர் பலன்களாக இன்று மெண்டாரிங் (வழிகாட்டுதல்) சேவை வழங்கப் படுகிறது. இதன்மூலம் இளைய தலைமுறையினர், அனுபவம் மிக்க தொழில்முனைபவர்கள் பலருடன் தொடர்பு கொண்டு அவர்களின் வெற்றி தோல்வி பற்றிய அனுபவங்களை அறிந்துகொள்கின்றனர்.

பிசினஸ் ஆரம்பிக்கும்போது இத்தகைய அறிவுரைகள், பொதுவான பிழைகளிலிருந்து உங்களைப் பாதுகாத்துக் கொள்ள உதவும். இவை பற்றி பின்னர் விவரிப்பேன். The Indus Entrepreneurs (TiE), National Entrepreneurship Network (NEN) போன்ற சங்கங்களில் இதுபோன்ற சேவைகள் உறுப்பினர்களுக்கு அளிக்கப்படுகிறது. நீங்களும் இத்தகைய அமைப்புகளில் சேர்ந்தால் உங்களின் பல கேள்விகளுக்கு அவ்வமைப்புகளின் மூத்த உறுப்பினர்களிடமிருந்து விடை கிடைக்கும்.

திருப்புமுனையாக இருந்தன. உடனடியாகச் செயலில் இறங்கினார். பகலில் தந்தையுடன் விவசாயம். இரவில் மண்ணெண்ணெய் விளக்கின் ஒளியில் தன் கற்பனைக்கு உருவம் கொடுக்க ஆரம்பித்தார். சரி, கருவியைச் செய்ய மூலப் பொருள் வாங்கப் பணம்?

இங்கேதான் அவருடைய தங்கை உதவிக்கு வந்தாள். தன் சொற்ப நகைகளை அடகு வைத்து ஆனந்தனுக்குப் பணம் பெற்றுத் தந்தார். போட்டியின் இறுதி நாள் நெருங்க நெருங்க ஆனந்தன் முழுமூச்சுடன் தன் செயலில் ஈடுபட்டார். தன் அயராத உழைப்பால் பார்வையற்றோருக்கான உபகரணத்தின் நிரூபண மாதிரியை வெற்றிகரமாகச் செய்து முடித்தார். அதைப் போட்டிக்கும் அனுப்பி வைத்தார்.

உடனடியாக எதாவது நற்செய்தி வரும் என்று எதிர்பார்த்திருந்த ஆனந்தனுக்கோ ஏமாற்றம். நாட்கள் வாரங்கள் ஆயின. ஆனால் தகவல் ஒன்றும் கிடைத்தபாடில்லை. நம்பிக்கைக்கும்

விரக்திக்கும் இடையேயான கடும் போட்டியில், நம்பிக்கை தோற்றுவிடுமோ என்கிற காலகட்டம்.

ஜுலை மாதத்தின் ஒரு நண்பகல் நேரம்.

'அண்ணேணேணேணே!'

காலையில் வயலில் வேலை செய்த அசதியில் சற்று நேரம் கண்ணயர்ந்திருந்த ஆனந்தனை அவருடைய தங்கையின் குதூகலக் கூச்சல் தட்டி எழுப்பியது.

5

ஏட்டுச் சுரைக்காய்

'அண்ணேணேணேணே!'

தங்கையின் குரல் கேட்டு வீட்டுக்கு வெளியே வந்தார் ஆனந்தன். வெளியே, வேகமாக ஓடி வந்ததால் மூச்சிரைப்புடன் கையில் ஓர் அஞ்சல் உறையுடன் அவரது தங்கை. 'அண்ணா, நீங்க தேர்வு ஆகிட்டீங்க. நீங்க அனுப்பிச்ச கண்டுபிடிப்பைத் தேர்ந்தெடுத்துட்டதா லெட்டர் வந்திருக்கு. நம்ம குடும்பத்தில் இருப்பவர்கள் அனைவரையும் பரிசளிப்பு விழாவுக்கு சென்னைக்கு வரச் சொல்லி அழைப்பு அனுப்பியிருக்காங்க' என்றாள் தங்கை பெருமிதத்துடன். நிம்மதிப் பெருமூச்சு விட்டார் ஆனந்தன். இத்தனை நாட்களாகக் காத்திருந்த வாய்ப்பு கிடைத்ததை நினைத்து ஒருபுறம் சந்தோஷம். வந்த வாய்ப்பை நழுவ விட்டுவிடக் கூடாதே என்ற கவலை இன்னொருபுறம். சென்னைக்கு ரயில் ஏறித் தன் தொழில் முனையும் பயணத்தைத் தொடங்கினார். அவருடைய உழைப்புக்குக் கூடிய விரைவில் வெற்றி கிடைக்கட்டும் என வாழ்த்துவோம்.

சந்தோஷ்: நான் வேலூரில் இருக்கிறேன். ஆட்டோமொபைல் எஞ்சினியரிங்கில் பி.ஈ பட்டம் பெற்றுள்ளேன். நான் ஒரு முதல் தலைமுறை தொழில்முனைபவன். ஆட்டோமொபைல் துறையில் தொழில் செய்ய விரும்புகிறேன். நான் விற்க விரும்பும் பொருள்கள் பஞ்சாப்பில் தயாரிக்கப்படுகின்றன. அந்தப் பொருள்களின் பிராண்டோ அடையாளமோ தமிழ் நாட்டில் யாருக்கும் தெரியாது. ஆனால், இங்கே கிடைக்கும் பிராண்டட் பொருள்களைவிட 10-20% விலை குறைவு.

இப்போது என் பிரச்னை, இந்தப் பொருள்களைச் சந்தைப் படுத்துதல். என் வாடிக்கையாளரை எப்படிக் கண்டுபிடித்து அவரை அடைவது? பிராண்டட் கம்பெனிகளின் அளவுக்கு என் கம்பெனியும் தரம், வாரண்டி போன்ற அனைத்தையும் தரக்கூடியது.

அன்புள்ள சந்தோஷ்:

உங்கள் பிரச்னையை நீங்கள் மிகச் சரியாகக் கண்டறிந்துள்ளீர்கள். பெரும்பாலான தொழில்முனைபவர்கள் கோட்டை விடுவது இந்த மார்க்கெட்டிங் விஷயத்தில்தான். செலவு செய்வது எளிது. ஆனால் அதற்கேற்ற பலன்கள் கிடைக்குமா என்று உறுதியாகச் சொல்வது கடினம். உங்கள் பிசினஸ் ஐடியாவை எடுத்துக் கொள்வோம். முதலில் நீங்கள் கொண்டு வரும் பொருளுக்குச் சந்தையில் ஆதரவு கிடைக்குமா என்று தெரிந்துகொள்ளுங்கள். நேரடியாக நுகர்வோரிடமோ அல்லது விநியோகஸ்தர்களிடம் மார்க்கெட் ரிஸர்ச் செய்துகொள்வது நல்லது. மார்க்கெட் ரிஸர்ச் முடிவுகள் சாதகமாக இருந்தால் மட்டுமே நீங்கள் மேற்கொண்டு இறங்குவது நல்லது.

சரி, அடுத்தது மார்க்கெட்டிங். உங்கள் பொருளைப் பற்றி நுகர்வோர் எப்படி அறிந்துகொள்வார்கள்? நீங்கள் இங்கே உங்கள் போட்டியாளர்களைப் பாருங்கள். அவர்கள் எப்படி மார்க்கெட்டிங் செய்கிறார்கள் என்று தெரிந்துகொள்ளுங்கள். அதற்கு உண்டான செலவு என்ன? உங்களால் அது முடியுமா?

உங்களால் அது முடியாவிட்டால் கிரியேடிவாக ஏதாவது யோசியுங்கள். பல கம்பெனிகள் அவர்களின் அற்புதமான மார்க்கெடிங் மூலமாக நுகர்வோர் மனத்தில் நீங்கா இடம் பிடித்துள்ளார்கள். உங்கள் தொழில் வெற்றியடைய வாழ்த்துகள்.

இன்றைய இளைஞர்கள் பலருக்கும், கல்லூரியில் இருக்கும் போதே Entrepreneur ஆகவேண்டும் என்கிற கனவு இருக்கிறது. இருபது ஆண்டுகளுக்கு முன்னால் நிலைமை முற்றிலும் தலைகீழ். உண்மையைச் சொல்லவேண்டும் என்றால், கல்லூரி யின் இறுதி ஆண்டில் படிக்கும்போதுகூட Entrepreneurship என்ற வார்த்தைக்கு எனக்குச் சரியாக அர்த்தம் தெரிந்திருக்க வில்லை. ஆனால் இன்றோ இது பற்றிய விழிப்புணர்வைப் பெரும்பாலான மாணவர்களிடத்தில் நான் பார்க்கிறேன்.

ஒவ்வொரு வருடமும் சென்னை இந்தியத் தொழில்நுட்பக் கழகத்தில் எம்.பி.ஏ படிப்புக்கான மாணவர் சேர்க்கை நேர்காணலின்போது நூற்றுக்கணக்கான மாணவர்களிடம் உரையாடி இருக்கிறேன். சென்னை, தில்லி, மும்பை, பெங்களூரு உள்ளிட்ட நகரங்களில் இந்த நேர்காணல் நிகழ்ச்சி நடைபெறும். இதில் பலரிடம் கேட்கப்படும் ஒரு பொதுவான கேள்வி, ' ஏன் நீங்கள் எம்.பி.ஏ படிப்பில் சேர விரும்புகிறீர்கள்?' என்பதுதான்.

அநேகர் அளிக்கும் பதில் ஒரே மாதிரியாக இருக்கும். 'நான் பிற்காலத்தில் ஒரு தொழில்முனைபவராக ஆகவேண்டும் என்று மிகுந்த விருப்பப்படுகிறேன். அதற்காக என்னைத் தயார்ப் படுத்திக்கொள்ளவே நான் எம்.பி.ஏ படிக்க விண்ணப்பித் துள்ளேன்.' இது யதார்த்தமான பதிலா அல்லது தயாரித்து வைத்த பதிலா என அவ்வப்போது நான் வியந்ததுண்டு. பெரு நகரங்கள் அல்லது பிசினஸ் குடும்பத்திலிருந்து வருபவர்கள் மட்டுமல்ல, புறநகர் மற்றும் சிறு நகரங்களின் நடுத்தரக் குடும்பத்திலிருந்து வருபவர்கள்கூட இதையே கூறுகிறார்கள். இந்தியாவின் எதிர்காலம் இத்தகைய தொழில்முனைபவர்களின் கைகளில் இருக்கப்போவதை என்னால் உணர முடிகிறது.

சரி, தொழில்முனைவது என்பது படித்து அறிந்துகொள்கிற விஷயமா? முறை சார்ந்த கல்வி இல்லாமல் தொழில் முனைதலில் வெற்றி பெற முடியாதா? திருபாய் அம்பானி மெட்ரிகுலேஷன் மட்டுமே படித்தவர். உலகத்தின் முதல் நிலை செல்வந்தரான பில் கேட்ஸ், கல்லூரிப் படிப்பைப் பாதியிலேயே விட்டவர். ஆப்பிள் நிறுவனத்தை உருவாக்கிய ஸ்டீவ் ஜாப்ஸும் அதே போலத்தான். இவர்கள் எல்லாம் வெற்றி பெறவில்லையா என நீங்கள் கேட்கலாம்.

முடியும். ஆனால் ஒன்றை மனத்தில் நிறுத்திக்கொள்ள வேண்டும். கடந்த ஐம்பது வருடங்களில் இவ்வுலகம் பல வகைகளில் முன்னேறியுள்ளது. போட்டியின் தீவிரம் இன்று பன்மடங்காக அதிகரித்துள்ளது. இதன் காரணமாக சந்தையின் மன்னிக்கும் மனப்பான்மை இன்று குறைந்துகொண்டே வருகிறது. பிசினஸில் தெரிந்தோ தெரியாமலோ செய்த ஒரு சிறு பிழைகூட உங்களைப் பல அடிகள் பின்னோக்கித் தள்ளிவிடும்.

கல்வி என்பது பல நேரங்களில், செய்யக்கூடாத சில தவறு களைச் செய்வதிலிருந்து நம்மைக் காப்பாற்றும். படிப்பறிவு ஒரு நல்ல அஸ்திவாரத்தை அமைத்துக் கொடுக்கும். தொழில் முனைபவருக்கு முறை சார்ந்த படிப்பினால் மேலும் பல நன்மைகள் உண்டு. அதில் சிலவற்றைக் கூறுகிறேன்.

(1) நான் இன்போசிஸ் நிறுவனத்தில் பணி புரிந்துகொண்டிருந்த போது, ஒரு சுய வளர்ச்சிப் பயிற்சிக்காகச் சென்றிருந்தேன். அப்போது அங்கு வந்திருந்த பயிற்சியாளர் தன்னை அறிமுகப் படுத்திக் கொண்டபோது, 'நான் வாழ்க்கை என்னும் பல்கலைகழகத்தில் அடிபட்டுப் பட்டம் பெற்றேன்' என்று கூறினார். வாழ்க்கை என்பது மிகப் பெரிய பள்ளிக்கூடம். ஆனால் அதில் பட்டம் பெறுவதற்கு நிறைய நாட்கள் ஆகும். கல்லூரியிலோ அதை முறைப்படுத்தி ஒரு குறுகிய காலத்துக்குள் கற்றுத் தருவதால் நாம் பல வருடங்களை மிச்சப்படுத்தலாம். அடிபடாமல் கற்றுக்கொள்வதால், நமக்கு வலியும் இல்லை.

(2) கடைவீதிக்குச் சென்று நடுவில் நின்றுகொண்டு உங்களைச் சுற்றிலும் பாருங்கள். எத்தனை எத்தனை தொழில்கள். இணையத்தளத்தில் சென்று பார்த்தேன். இந்தியாவில் இன்று கிட்டத்தட்ட ஒன்பது லட்சம் கம்பெனிகள். 2010 ஏப்ரல் முதல் டிசம்பர் வரை கிட்டத்தட்ட 65,000 கம்பெனிகள் பதிவு செய்யப்பட்டிருக்கின்றன. ஒரு நாளில் சராசரியாக 300 கம்பெனிகளுக்குமேல் பதிவு செய்யப்பட்டிருக்கின்றன. அதில் பல, மழையில் முளைத்த காளான்கள் போன்றவை. இன்று இருக்கும், நாளை இருக்காது. ஆனால் மேலும் பல, நன்கு வேரூன்றி வளரும் மரங்களைப்போல், பல வருடங்கள் நிலைத்து நிற்கும். இத்தனை தொழில்கள் உருவாகியதன் விளைவு என்னவாக இருக்கும்? ஓர் உதாரணத்தின்மூலம் சொல்கிறேன்.

பழம் பறிப்பதற்கு நீங்கள் தோட்டத்துக்குப் போகிறீர்கள். முதலில் எதைப் பறிப்பீர்கள்? கைக்கெட்டும் தூரத்தில் கிட்டே இருக்கும் கனியைத்தானே? உங்களுக்குப் பிறகு வேறு ஒருவர் வருகிறார். அவர் எதைப் பறிப்பார்? கிட்டே இருக்கும் கனியைத்தான் நீங்கள் பறித்துவிட்டீர்களே. அவர் சற்று உயரே இருக்கும் கனியைத்தானே பறிக்கவேண்டும். அடுத்து, மூன்றாவதாக ஒருவர் வருகிறார். கனிகள் எதுவும் எட்டும் உயரத்தில் இல்லை. அவர் என்ன செய்வார்? தொறடு ஒன்றை எடுத்து மேலே உள்ள பழத்தை இழுத்துப் பறிப்பார். பிசினஸிலும் இன்று அந்தச் சூழ்நிலைதான். எட்டும் கனிகளாக இருந்த பல வாய்ப்புகள் இன்று பறிக்கப்பட்டு விட்டன. மேலே உயரச் சென்று பறிக்க ஒரு கருவி தேவைப்படுகிறது. அந்தத் தொறடுதான் கல்வி. அது ஒரு தொழில்முனைபவருக்கு நடைமுறையில் பெரிய வித்தியாசத்தைத் தரும்.

(3) மீன் பிடிப்பவரிடம் கேட்டுப் பாருங்கள். நூற்றுக்கணக்கான ஆண்டுகளாக மீன் பிடித்துக் கொண்டிருக்கிறோமே, கடலில் மீன்கள் குறைந்திருக்கின்றனவா? இல்லை. எவ்வளவுக்கு எவ்வளவு மீன்கள் கடலிலிருந்து பிடிக்கப்படுகின்றனவோ, அவ்வளவுக்கு அவ்வளவு இன்னும் கடலின் உள்ளே இருக்கின்றன. ஆனால் ஒரு வித்தியாசம். கடற்கரைக்கு அருகில் இன்று மீன் கிடைப்பது அறிதாக இருக்கிறது. ஆழ்கடலுக்குச் செல்லவேண்டும். ஆழ்கடலுக்கு செல்லவேண்டும் என்றால் தைரியமாக எதில் செல்வீர்கள்? கட்டுமரத்திலா அல்லது பலம் வாய்ந்த விசைப் படகிலா? கல்வி என்பது விசைப் படகைப்போல தொழில்முனைபவருக்கு தைரியத்தையும் பாதுகாப்பையும் தரும்.

ஏட்டுச் சுரைக்காய் கறிக்கு ஆகாது என்பது பழமொழி. ஆனால் இன்றோ நிலைமை முற்றிலும் மாறுபட்டிருக்கிறது. எப்படி? அடுத்து பார்ப்போம்.

6

தொழில்நுட்பத்தின் தாக்கம்

கடந்த 10-15 ஆண்டுகளில் உலக அளவில் நல்ல தொரு வளர்ச்சியும் நம்முடைய சாமான்ய வாழ்க்கையில் நல்ல அனுகூலமும் கண்டிருக்கும் தொழில்கள் எவை? பட்டியல் இடுவோம்.

இணையத்தளம்
மின்னஞ்சல்கைப்பேசி
சோஷியல் நெட்வொர்க் என்று சொல்லப்படும் வலைத்தளங்கள் (ஃபேஸ்புக், ட்விட்டர்)
இணையத்தள விளம்பரம்
தேடுதல்
இணைய வர்த்தகம்
ஊடகத்துறை
தொலைத்தொடர்பு
செயற்கைக்கோள் தொடர்பு
பி.பி.ஓ
மெடிக்கல் டிரான்ஸ்கிரிப்ஷன்

இவை அனைத்துக்கும் உள்ள ஒற்றுமை என்ன? எல்லாமே அறிவியல் மற்றும் தொழில்நுட்பத்தின் அடிப்படையில் தொடங்கப்பட்ட தொழில்கள் ஆகும்.

மேற்கூறிய தொழில்களைச் செய்வதற்கு அதற்குரிய தொழில் நுட்பங்களைக் கரைத்துக் குடித்திருக்கவேண்டிய அவசிய மில்லை என்றாலும், ஒரு குறிப்பிட்ட அளவிலாவது பரிச்சயம் இருப்பது நல்லது. சிறிதளவும் பரிச்சயம் இல்லாத துறையில், விருப்பத்தை மட்டும் ஆதாரமாகக் கொண்டு தொடக்கத்தில் தொழில் தொடங்குவது என்பது, குளத்தின் ஆழம் தெரியாமல் காலை விடுவதற்குச் சமமாகும்.

முற்றிலும் புதிய துறையில் தொழில் தொடங்கவேண்டும் என்றால் அதற்கு பிசினஸ் அனுபவமோ அல்லது முதலீடு மற்றும் நிதி திரட்டும் சாமர்த்தியமோ இருந்தாகவேண்டும்.

ஆல்செக் டெக்னாலஜீஸ் (Allsec Technologies). இது சென்னையில் உள்ள ஒரு தலைசிறந்த பி.பி.ஓ நிறுவனம் ஆகும். 1998-ம் ஆண்டு தொடங்கப்பட்டது. இந்நிறுவனத்தைத் தொடங்கியவர்கள் சரவணன், ஜெகதீஷ் என்னும் இரண்டு தொழில்முனைபவர்கள். BPO கம்பெனிகள் இந்தியாவில் மெதுவாக வேர் ஊன்றிய காலம் அது. இந்தியாவில் பி.பி.ஓ சேவை செய்வதில் பல ஆதாயங்கள் உள்ளதால், இந்தத் தொழில் எதிர்காலத்தில் நன்கு வளரும் வாய்ப்பு இருப்பதை முன் கூட்டியே கணித்து தக்க தருணத்தில் ஆல்செக் கம்பெனியை அவர்கள் தொடங்கினர்.

ஆனால் ஆல்செக் தொடங்கியபோது, சரவணன், ஜெகதீஷ் இருவருக்கும் பி.பி.ஓ துறையில் நேரடி அனுபவம் ஏதும் இருந்திருக்கவில்லை. சரவணன் அதற்குமுன் நிதிச் சேவை கம்பெனி ஒன்றை நடத்திவந்தார். ஜெகதீஷ், அசோக் லேலண்ட் நிறுவனத்தின் நிதித் துறையில் பணி புரிந்துவந்தார். பி.பி.ஓ துறையில் இருவருக்கும் அனுபவம் இல்லை என்றாலும் பிசினஸ் செய்வதில் பழுத்த அனுபவம் உண்டு. அதை அவர்களுக்குச் சாதகமாகப் பயன்படுத்திக்கொண்டு ஒரு புதிய, ஆனால் அதிக வளர்ச்சியும் வாய்ப்புகளும் உள்ள துறையில் அவர்களால் நுழைந்து வெற்றியை நிறுவ முடிந்தது.

இன்று ஆல்செக் நிறுவனம் வருடத்துக்கு 140 கோடி ரூபாய்க்குமேல் வருவாய் பெறுகிறது. சுமார் 8,000 பேருக்கும் மேற்பட்டோருக்கு வேலை வாய்ப்பு அளிக்கிறது. உலகின் பல மூலைகளில் உள்ள வாடிக்கையாளர்களுக்குத் தனது சேவையை அளித்துவருகிறது. இதை உதாரணமாகச் சொன்னதன் காரணம்,

பிசினஸ் என்பது ஏவுகணை விஞ்ஞானம் மாதிரி கடினமானது இல்லை; பிசினஸ் பற்றிய முன் அனுபவம் இருந்தால் எந்தத் துறையிலும் தொழிலை நிறுவலாம்.

ரிலையன்ஸ் தொலைப்பேசிச் சேவை. இந்நிறுவனத்தைப் பற்றிக் கண்டிப்பாக அறிந்திருப்பீர்கள். இந்தியாவில் தொலைப் பேசிச் சேவை அளிக்கும் முன்னோடி நிறுவனங்களில் இதுவும் ஒன்று. இந்தியாவின் தொலைப்பேசித் துறை விரிவாக்கப்பட்ட போது அத்துறையில் உள்ள வாய்ப்புகளைப் பயன்படுத்திக் கொள்ள அந்நிறுவனம் உருவாக்கப்பட்டது. அந்நாளில் மிகக் குறைந்த செலவில் தொலைவில் இருப்பவருடன் தொடர்பு கொள்ளவேண்டுமானால் பதினைந்து பைசா அஞ்சல் அட்டையையே பெரும்பாலும் மக்கள் பயன்படுத்தினர். திருபாய் அம்பானியோ தம்முடைய நிறுவனம் அஞ்சல் அட்டையைவிடக் குறைந்த செலவில் பிறரிடம் தொடர்பு கொள்ளும் வசதியை அளிக்கவேண்டும் என்ற கனவைக் கண்டார்.

ரிலையன்ஸ் நிறுவனம், பத்துப் பதினைந்து ஆண்டுகளுக்கு முன்புவரை பெட்ரோலியம் சுத்திகரிப்பு, ரசாயனத் தயாரிப்பு, நிதிச் சேவை, மின்சாரச் சேவை போன்ற தொழில்களைச் செய்வதில்தான் பெயர் பெற்றிருந்தது. ஆனால் வாய்ப்பு கதவைத் தட்டியபோது, பல ஆயிரம் கோடி ரூபாய் முதலீடு தேவைப்படும் தொலைப்பேசிச் சேவையில் அதனால் ஈடுபட முடிந்தது. எப்படி? மிகுந்த பொருள் பலமும் எத்தகைய முதலீட்டுக்கும் வெற்றிகரமாக நிதி திரட்டும் அசகாயத் திறன் பெற்றிருந்ததும்தான் காரணம். இதை உதாரணமாகச் சொன்னதன் காரணம், பொருள் பலமும் எத்தகைய சூழலிலும் நிதி திரட்டும் திறமையும் இருந்தால் இவ்வுலகமே உங்கள் விளையாட்டு அரங்கம்தான்.

ஆனால் எத்தனை முதல் தலைமுறை தொழில்முனைபவர்கள் அனுபவமும் பொருள் பலமும் பெற்ற சொகுசான நிலையில் இருக்கிறார்கள்? இவ்விரண்டும் சந்தையில் வாங்கும் பண்டமல்ல. பல வருட உழைப்பினால் வருவது. ஆனால், இக்கால இளைஞர்களோ மிகவும் துடிதுடிப்பானவர்கள். இவ்விரண்டு திறன்களையும் பெறுவதற்குப் பல வருடங்கள் காத்திருக்கத் தயாராக இருக்க மாட்டார்கள். (இன்ஸ்டண்ட் காபி மற்றும்

பாஸ்ட் புட் தலைமுறையினர் அல்லவா!) படபடக்கும் முதல் தலைமுறை இளைய தொழில்முனைபவர்களுக்கு இறக்கையாக இருப்பது கல்விதான்.

நிற்க! பட்டம் பெறவேண்டும் என்று நான் சொல்லவில்லை. பட்டம் அளிப்பது மட்டும் ஒரு கல்வி நிலையத்தின் குறிக்கோள் அல்ல. குறிப்பாக, தொழில்முனைபவர்களுக்கு, கல்விச் சாலை என்பது தொழில்நுட்பத்தோடு ஓர் உரசலை ஏற்படுத்தும் தீப்பெட்டி போன்றது. தீப்பெட்டியுடனான உரசலில் தீக்குச்சி எப்படி பற்றிக்கொள்கிறதோ அப்படித்தான் கல்விச்சாலையும். பொறி ஏற்படுத்துவது மட்டுமல்ல, மனத்துக்கு உரமூட்டும் சூழ்நிலையையும் ஒரு கல்விச்சாலை ஏற்படுத்திக் கொடுக்கும். கடும் போட்டியை எதிர்கொண்டு வெற்றிகரமாகப் பல்கலைக் கழகத்தில் படிக்க இடம் கிடைத்தும், படிப்பைப் பாதியில் விட்டுவிட்டு பட்டம் பெறாமல் வெற்றிகரமாகத் தொழில் முனைபவர் ஆனோர் பலர். பில் கேட்ஸ், ஸ்டீவ் ஜாப்ஸ் என அடுக்கிக்கொண்டே போகலாம்.

அத்தகையோரில் ஒருவர்தான் நான் அண்மையில் சந்தித்த ஆனந்த் ராஜாராமன். சென்னை ஐஐடியில் கணினியியல் துறையில் தன் இளநிலைப் பட்டத்தைப் பெற்றவர். சாமானியப் பட்ட ஆசாமி அல்லர் அவர். கல்லூரியில் முதலாவதாக வந்து ஜனாதிபதியின் தங்கப் பதக்கத்தைச் தட்டிச் சென்றவர். பின்னர் தன் ஆராய்ச்சிப் படிப்புக்காக அமெரிக்காவில் உள்ள, உலகின் தலைசிறந்த பல்கலைக்கழகங்களில் ஒன்றான ஸ்டான்போர்ட் பல்கலைகழகத்துக்குச் சென்றார். அங்கே அவர் தன் ஆராய்ச்சியை மேற்கொண்டிருக்கும்போது தொழில்முனைவ தற்கான அற்புதமான ஒரு யோசனை உதித்தது. அதை மேற் கொண்டு தொடரவேண்டும் என்றால், ஆராய்ச்சிப் படிப்புக்கு ஒரு முற்றுப்புள்ளி வைத்தாகவேண்டும். இரண்டையும் ஒரே சமயத்தில் தொடர்வது என்பது முடியாத காரியம்.

ஆனந்தின் மனமோ, தன் யோசனையை மேலும் தொடர்ந்து கம்பெனி ஒன்றைத் தொடங்குவதிலேயே நாட்டம் காட்டியது. அவருடைய பெற்றோரோ, நடுத்தர வர்க்கத்தினர். ஆராய்ச்சிப் படிப்பை விட்டுவிட்டு கம்பெனி தொடங்கினால் அவர்கள் ஆதங்கப்படுவார்கள் என்பது மட்டும் ஆனந்துக்கு உறுதியாகத் தெரிந்தது. அவருக்குக் குழப்பம்.

கலீல்: நான் ஆவடியில் இருக்கிறேன். எனக்கு வயது 30. நான் ஒரு பி.பி.ஓவில் வேலை செய்து மாதம் 15,000 ரூபாய் சம்பாதிக்கிறேன். ஐந்தாண்டுகளுக்கு முன்பாக நான் சில்லறை வியாபாரத் துறையில் வாடிக்கையாளர் சேவைப் பிரிவில் பணியாற்றிவந்தேன். ஆண்களுக்கான பிரத்தியேகக் கடை ஒன்றை நடத்தவேண்டும் என்ற கனவு என்னிடம் உள்ளது. நாங்கள் வசிக்கும் இடத்தில் பல கடைகள் உள்ளன. ஆனால் எவையுமே கவர்ச்சிகரமாக இல்லை.

ஒரு கடையை ஆரம்பிப்பது எப்படி என்று எனக்குத் தெரியவில்லை. உங்கள் உதவி தேவை.

அன்புச் சகோதரர் கலீல்:

நீங்கள் நல்ல தொழிலைத்தான் தேர்வு செய்திருக்கிறீர்கள். ஆண்களின் ஆடை மற்றும் அலங்காரப் பொருள்கள் விற்கும் வியாபாரத்துக்கு இப்போது நல்ல மவுசு இருக்கிறது என நினைக்கிறேன்.

சமீபத்தில் தினத்தாளில் வெளியான செய்தி இது. Fetise.com என்கிற இணையத்தளம் மூலம் வர்த்தகம் செய்யும் நிறுவனம், துணிகர நிதி நிறுவனங்களிடமிருந்து சுமார் இருபத்தைந்து கோடி ரூபாயை வெற்றிகரமாகத் திரட்டியுள்ளது. ஆண்களுக்கான பேஷன் ஆடை, அணிகலன்கள், அலங்காரப் பொருட்கள் ஆகியவற்றை விற்கும் நிறுவனம் இது. ஆக நீங்கள் இருக்கும் திசையில் காற்று சாதகமாகத்தான் வீசுகிறது.

நீங்கள் அடுத்து வியாபாரத்தை எப்படிச் செய்யப்போகிறீர்கள் என்று நிச்சயிக்கவேண்டும். கடைவீதியில் கடை வைக்கப் போகிறீர்களா? அல்லது இணையத்தளம் மூலமாகவா? பிசினஸ் ஆரம்பிப்பதற்குமுன் சிறிதளவு இத்துறையில் அனுபவம் பெறுவதும் நல்லதே. நீங்கள் சில்லறை வர்த்தகத்தில் வேலை செய்துகொண்டிருந்ததாகச் சொல்லி இருக்கிறீர்கள். ஆனால் அது ஆண்கள் பேஷன் மற்றும் ஆடைப் பிரிவிலா? அவ்வாறு இல்லை என்றால், குறைந்தபட்சம் ஒரு வருடமாவது வேறு ஒரு கடையிலோ அல்லது பெரிய நிறுவனத்திலோ இத்தகைய துறையில் அனுபவம் பெற்றுக்கொண்டால் அது மிகுந்த

நன்மையாக இருக்கும். அந்த அனுபவம் உங்களின் பல கேள்விகளுக்கு விடை அளிக்கும்.

குழப்பத்தைத் தெளிவுபடுத்திக்கொள்ள அவருடைய ஆலோசக ரிடம் சென்று விவாதிக்க எண்ணினார். அவருடைய ஆலோசகர், பல்கலைக்கழகத்தின் ஒரு தலைசிறந்த பேராசிரியர். ஆனந்தனின் இக்கட்டான சூழ்நிலையை அறிந்த ஆலோசகர் ஆழ்ந்த சிந்தனையில் மூழ்கினார். ஆனந்தனின் வாழ்க்கையில் ஒரு திருப்புமுனையை உண்டாக்கக்கூடிய முடிவு அது என்பதை உணர்ந்தார். யோசனையில் ஆழ்ந்ததில் மேசையில் வைத்திருந்த காபி ஆறிப் போனதைக்கூட அவர் கவனிக்கவில்லை.

ஆழ்ந்த யோசனையினால் உருவான நெற்றிக்கோடுகள் சிறிது நேரத்துக்குப்பிறகு மெல்ல மறையத் தொடங்கின. ஒரு புன்முறுவலுடன் ஆனந்தை நோக்கினார். ஆலோசகர் என்ன சொல்லுவாரோ என்ற எதிர்பார்ப்பினில் ஆனந்தின் வயிற்றில் பட்டாம்பூச்சிகள் சிறகடிக்கத் தொடங்கின. அவர் ஒரு தீர்மானத்துடன் தன் கருத்தைக் கூறத் தொடங்கினார்.

7

கல்லூரிப் படிப்பின் பலன்கள்

'உன் யோசனை மிகவும் சிறப்பானது என நினைக்கிறேன். அதை முழுவதுமாகத் தொடர நான் உன்னை ஊக்குவிக்கிறேன். உன் முயற்சியில் வெற்றியடைய என் வாழ்த்துக்கள்' என்றார் ஆலோசகர்.

என்ன சொல்லப்போகிறாரோ என்று கவலைப் பட்டுக்கொண்டிருந்த ஆனந்துக்கு, ஆலோசகரின் கருத்து தேன் போன்று இனிமையாக இருந்தது. மிகவும் மகிழ்ந்துபோனார். 1996-ம் ஆண்டில் மாணவர் அந்தஸ்திலிருந்து ஒரு தொழில்முனைப வராக - இல்லை, திருத்திக்கொள்கிறேன்; ஒரு தொடர் தொழில்முனைபவராக மாறினார். 1996-ம் ஆண்டு ஜங்கிலீ கார்ப்பொரேஷன் (Junglee Corporation) என்கிற நிறுவனத்தைத் தொடங்கினார். இணையத்தளத்தில் பொருள் வாங்குவோருக்குப் பல தளங்களை ஒரே நேரத்தில் ஒப்பிட்டுப் பார்த்து, அதன்மூலம் யார் குறைந்த விலைக்கு விற்கிறார்கள் என்று கண்டறியும் தொழில்நுட்பத்தை இவ்வுலகுக்கு முதன்முதலாக அறிமுகம் செய்த பெருமையை அந்த நிறுவனம் பெற்றது.

ஆரம்பித்த இரண்டு வருடங்களிலேயே அந்த நிறுவனத்தின் சேவை மிகுந்த பிரபலம் அடைந்தது. அதைப் பார்த்தது அமேசான்.காம் என்கிற நிறுவனம். இதனைப் பற்றி நீங்கள் அறிந்திருப்பீர்கள். இணைய வர்த்தகத் துறையில் ஜாம்பவானாகத் திகழும் நிறுவனம் அமேசான். முதலில் புத்தகம் விற்கும் ஒரு தளமாகத் தொடங்கினாலும் இன்று அந்நிறுவனம் பல மடங்கு விரிவடைந்து பலதரப்பட்ட பொருள்களையும் (கணினி, ஆடைகள், திரைப்பட வீடியோ, பாடல்கள், அழகுப் பொருட்கள், அன்பளிப்புச் சாமான்கள் முதலியன) வர்த்தகம் செய்யும் நிறுவனமாக வளர்ந்துள்ளது.

ஜங்கிலீ உருவாக்கிய தொழில்நுட்பம் அவர்கள் பிசினஸ் வளருவதற்கு மிகவும் உகந்ததாக இருக்கும் என்று அமேசான் நினைத்தது. அதனால் ஆகஸ்ட் 1998-ல் ஜங்கிலீ நிறுவனத்தை ஆனந்த் ராஜாராமன், அவருடைய கூட்டாளி வெங்கி ஹரிநாராயண் ஆகியோரிடமிருந்து அமேசான் வாங்கிக் கொண்டது. கை மாறிய தொகை, இந்திய மதிப்பில் சுமார் ஆயிரத்து இருநூற்று ஐம்பது கோடி. ஆனந்தும் அவர் கூட்டாளியும் உருவாக்கிய தொழில்நுட்பத்தின் தாக்கத்தை இந்த அசாதாரண விலை மதிப்பீட்டிலிருந்து நம்மால் அறிந்துகொள்ள முடிகிறது.

தன் நிறுவனத்தை விற்றதன் தொடர்ச்சியாக ஆனந்த், அமேசான் நிறுவனத்தில் தொழில்நுட்ப இயக்குனராகச் சில காலம் பணியாற்றினார். பின்னர் அமேசான் நிறுவனத்தை விட்டு விலகி, கேம்பிரியான் வென்ச்சர்ஸ் (Cambrian Ventures) என்கிற துணிகர நிதி நிறுவனத்தைத் தொடங்கினார். அந்நிறுவனத்தின் மூலம் பல தொடக்க நிலை நிறுவனங்களை மதிப்பீடு செய்து அதில் நிதி முதலீடு செய்தார். அவர் செய்த முதலீடுகளில் Facebook, India Infoline, TheFind.com போன்ற பிரபல நிறுவனங்களும் அடங்கும்.

அதன் பிறகு 2005-ல் Kosmix என்ற கம்பெனியைத் தொடங்கினார். இணையத்தளத்தில் உள்ள தலைப்புகளை வரிசைப்படுத்தி வழங்கும் தொழில்நுட்பத்தை உருவாக்கும் முயற்சியில் இக்கம்பெனி மூலம் அவர் ஈடுபட்டார். இத்தொழில்நுட்பத்தின் பலனை அறிந்த வால்மார்ட் நிறுவனம் 2011-ல் Kosmix நிறுவனத்தை ஆனந்த் மற்றும் அவர் கூட்டாளி வெங்கியிடமிருந்து வாங்கிக்கொண்டது. இந்த முறை கை மாறிய தொகை

இந்திய ரூபாயில் சுமார் ஆயிரத்து ஐநூறு கோடி. வால்மார்ட் நிறுவனம் உலகின் மிகப்பெரிய சில்லறை வர்த்தக நிறுவனம் என்பது உங்களுக்குக் கட்டாயம் தெரிந்திருக்கும்.

வால்மார்ட்டின் வருட வருவாய் பல சிறிய நாடுகளின் மொத்த உற்பத்தியைவிட அதிகமாகும். வால்மார்ட்டுக்குத் தம் நிறுவனத்தை விற்றவுடன் ஆனந்த் தொடர்ந்து அதே நிறுவனத்தில் இயக்குனராகப் பணியாற்றி வருகிறார். இரண்டு முறை தான் உருவாக்கிய நிறுவனங்களை வளர்ச்சிப் பாதையில் கொண்டுசென்று அதன்பின்னர் அவற்றை வெற்றிகரமாகப் பிறருக்கு விற்று, அதிலிருந்து பெரும் செல்வம் கிடைக்கப் பெற்றார் ஆனந்த். தொழில்முனைபவர் ஆவதற்குக் கனவு காணும் பல இளைய தலைமுறையினருக்கு ஆனந்த் ஒரு நல்ல முன்னுதாரணமாகத் திகழ்கிறார்.

இவை எல்லாவற்றையும் இவர் ஸ்டான்ஃபோர்ட் பல்கலைக் கழகத்துக்குச் செல்லாமல் சாதித்திருக்க முடியுமா என்றால் சந்தேகம்தான்.

கல்லூரிப் படிப்பை முடிக்க முடியாமல் போனாலும் அங்கு படிக்கும்போதும் வசிக்கும்போதும் கிடைத்த தொழில் நுட்பத்தின் போக்கை உணரும் திறன், சக நண்பர்களின் பரிச்சயம், பேராசிரியர்களின் அறிவுரை மற்றும் ஆலோசனை ஆகியவை அவருடைய வெற்றிக்கு அடிக்கல்லாக அமைந்தது.

'என்ன சார் நீங்கள்! அசாத்தியத் திறன், அனுபவம், பொருள் பலம் கொண்டவர்களைப் பற்றியே சொல்லியிருக்கிறீர்கள். நாங்கள் என்ன ஜெகதீஷ், ஆனந்த், அம்பானி ரேஞ்சிலா இருக்கிறோம்? பக்கத்து வீட்டுப் பசங்க மாதிரி யாரையேனும் உதாரணம் சொல்லக் கூடாதா?'

உங்கள் மனக்குரல் எனக்குக் கேட்கிறது. என் நினைவுக்கு வருவது மாறன், இரத்தின குமார் என்கிற இரண்டு நண்பர்கள்.

அவர்களைப் பற்றிச் சொல்வதற்குமுன், நாம் கல்வி பற்றிய தலைப்பைச் சற்று தொடர்வோம். மேற்கூறிய கருத்துகள் கல்வியின் மகத்துவத்தை நன்கு புலப்படுத்துகின்றன. சரி, தொழில்முனைபவருக்கு எத்தகைய படிப்பு உகந்ததாக இருக்கும்?

அது, அவர்கள் செய்யும் தொழிலைப் பொருத்தது. தொழில் நுட்பம் மற்றும் அறிவியல் சார்ந்த தொழில் என்றால் அத்தொழிலுக்கு ஆதாரமான தொழில்நுட்பப் பயிற்சியைக் கற்றுக்கொள்ளுதல் நலம். உதாரணமாக, நீங்கள் தோல் பதனிடும் தொழில் செய்ய விரும்பினால் லெதர் டெக்னாலஜிக் கான படிப்பு இன்றியமையாததாக இருக்கும். அதேபோல கட்டுமானத் துறையில் தொழில் தொடங்க விரும்பினால் அதற்குண்டான சிவில் எஞ்சினியரிங் அல்லது ஆர்க்கிடெக்சர் படிப்பைப் படித்திருந்தால் மிகுந்த பயன் அளிக்கும்.

தொழில் நுட்பத்தைப் பெரிதும் சார்ந்திராத தொழில்கள் பல உண்டு. உதாரணமாக, டிராவல்/டூர்ஸ் நடத்துவது, ஆடை தயாரிப்பது, சில்லறை வர்த்தகம் போன்ற தொழில்களைச் சொல்லலாம்.

எத்தகைய படிப்பு பிசினஸ் பற்றி ஒரு ஒட்டுமொத்தச் செய்நுட்ப அறிவைத் தருகிறதோ அவை அனைத்தும் தொழில்முனைபவர் களுக்கு மிகுந்த உதவியாக இருக்கும். பிசினஸ் பற்றிய பல்வேறு படிப்புகளில் இன்று மிகவும் பிரபலமாக இருப்பது எம்.பி.ஏ படிப்புதான். இது ஒரு மல்டி வைட்டமின் மாத்திரை போன்றது. மிகவும் குறுகிய காலத்தில் (ஒன்று அல்லது இரண்டு வருடங் களில்) தொழில் செய்வதற்குத் தேவையான அனைத்துத் துறை களிலும் (மார்க்கெட்டிங், ஃபைனான்ஸ், ஆபரேஷன்ஸ், தகவல் தொழில்நுட்பம், மனித வள நிர்வாகம்) ஒரு நல்ல அறிமுகத்தைக் கொடுக்கிறது.

பாரம்பரியமாக எம்.பி.ஏ இரண்டு வருடப் படிப்பு என்றாலும் தற்போது பல இடங்களில் ஒரு வருடப் படிப்பாகவும் கற்பிக்கப் படுகிறது. இந்தியாவில் இன்று எம்.பி.ஏ படிக்கும் வசதி பல பல்கலைக்கழகங்களிலும் கல்லூரிகளிலும் உள்ளது. எம்.பி.ஏ ஒரு முதுகலை பட்டப் படிப்பு என்பதால் அதற்க்கு முன்னால் ஏதாவது ஒரு துறையில் இளநிலைப் படிப்பு முடித்திருக்க வேண்டும். இளநிலை அளவில் பிசினஸ் பற்றிப் பிரபலம் அடைந்துவரும் ஒரு படிப்பு பி.பி.ஏ ஆகும். பிளஸ் டூ முடித்தவுடன் இதில் சேரலாம்.

தொழில் முனைவதற்காகவே சில கல்லூரிகளில் தனிப் பட்டப் படிப்பே இருக்கிறது. குறிப்பாக, ஐ.ஐ.டி மெட்ராஸில், M.S. (Entrepreneurship) என்கிற படிப்பு தொழில்

முனைபவர்களுக்காக வழங்கப்படுகிறது. இவ்வாறு கல்லூரியில் சேர்ந்து படிப்பதில் வேறொரு ஆதாயமும் உண்டு. இன்று பல கல்லூரிகளில், Entrepreneurship Club போன்ற அமைப்புகள் உள்ளன. இவற்றின்மூலம் ஒத்த மனநிலையை உடைய நண்பர்களைச் சந்திக்க முடியும். அவர்களிடம் கருத்துப் பரிமாற்றம் செய்துகொள்வது உங்களின் பல கேள்விகளுக்கும் விடை அளிக்கும்.

இந்தச் சங்கங்கள் அவ்வப்போது நடத்தும் கருத்தரங்குகளில் பல அனுபவமிக்க தொழில்முனைபவர்கள் பேச வருவார்கள். அவர்களுடன் உரையாடி அவர்களின் அனுபவத்தைப் பகிர்ந்து கொள்வது உங்களுக்குப் பல வகைகளிலும் நன்மை அளிக்கும்.

சரி, பல வருடங்கள் கல்லூரியில் சேர்ந்து படிக்கும் வாய்ப்பு இல்லையா? கல்லூரிக்குச் செல்லும் வயதைத் தாண்டி விட்டீர்கள் என்று நினைக்கிறீர்களா? கவலைப்படவேண்டாம். இன்று பல குறுகிய காலப் பயிற்சிப் பள்ளிகள் இத்தகையோருக்காக என்றே உள்ளன. மிகவும் பிரபலமான கல்லூரிகளிலும் குறுகிய காலச் சான்றிதழ் பயிற்சிகள் வழங்கப்படுகின்றன. இவை ஒரு நாளிலிருந்து ஒரு வருடம் வரை பல்வேறு காலகட்டங்களில் உள்ளது. உங்களுக்குத் தகுந்த பயிற்சியை நீங்கள் தேர்ந்தெடுத்துக் கொள்ளலாம். உதாரணமாக பெங்களூரில் உள்ள இந்திய மேலாண்மைக் கழகத்தில் ஆண்டுக்கு ஒருமுறை பெண் தொழில்முனைபவர்களுக்காக நான்கு வாரப் பயிற்சி ஒன்று நடத்தப்படுகிறது.

இவ்வாறு குறுகியகாலப் பயிற்சியின் மூலம் தகுந்த அனுபவம் பெற்று இன்று தொழில்முனைபவர்களாக ஓஹோ என்று கொடி கட்டிப் பறப்பவர்கள்தான் மாறனும் இரத்தின குமாரும். இவர்களைப் பற்றி அடுத்து பார்ப்போம்.

8

நினைத்ததை முடித்தவர்கள்

'என்னடா ரத்னா... எப்படி இருக்கே?'

பதினாறு வருடங்களுக்குமுன் ஒன்றாக வேலை செய்துகொண்டிருந்தபோது ஏற்பட்ட நட்பின் உரிமையில் விடுமுறை தினம் என்றும் பார்க்காமல் இரத்தின குமாரிடம் கைப்பேசியில் தொடர்பு கொண்டேன். குன்னூரில் தன் குடும்பத்துடன் விடுமுறையில் இருந்தார்.

'நான் நல்லா இருக்கேன். நீ எப்படி இருக்கே?'

குரலில் ஒரு உற்சாகத்தை என்னால் உணர முடிந்தது.

'கம்பெனி எப்படிடா இருக்கு?'

'ரொம்ப நல்லாப் போயிட்டிருக்கு, தில்லை.'

இதைக் கேட்ட நான் மிகுந்த மகிழ்ச்சி அடைந்தேன். 1994-95-ல் சில மாதங்கள்தான் ஒன்றாக வேலை செய்தோம். இருந்தாலும் இருவருக்கும் இடையே நல்ல பழக்கம் ஏற்பட்டிருந்தது.

இரத்தின குமார் சென்னையில், போரூர் பகுதியைச் சேர்ந்தவர். பள்ளிக்குப் பிறகு கோவையில் உள்ள பி.எஸ்.ஜி பொறியியல் கல்லூரியில் உற்பத்திப் பொறியியலில் பட்டம் பெற்றவர். ஆஜானுபாகுவான தோற்றம். நண்பர்கள் அனைவரும் அவரை அன்பாக 'டான்' என்று அழைப்பார்கள். இளவயதிலிருந்தே சுயமாகத் தொழில் ஆரம்பித்து நாட்டுக்காக ஏதாவது செய்ய வேண்டும் என்ற எண்ணம் அவர் மனத்தில் இருந்துவந்தது.

கல்லூரியில் அவருடன் கூடப் படித்தவர் மாறன். அதேபோன்ற எண்ணம் கொண்டவர். திண்டுக்கல் பகுதியைச் சேர்ந்தவர். அவருடைய தந்தை, கல்லூரிப் பேராசிரியர். இருவரும் கல்லூரியில் ஒரே பிரிவில் படித்ததாலும் ஒத்த எண்ணம் கொண்டிருந்ததாலும் நெருங்கிய நண்பர்கள் ஆனார்கள்.

கல்லூரிப் படிப்பு முடிந்ததும் இருவருக்கும் கேம்பஸ் பிளேஸ் மெண்ட் மூலம் வேலை கிடைத்தது. ஆனால் வெவ்வேறு இடங்களில், வெவ்வேறு கம்பெனிகளில். இரத்தின குமார் பூனாவிலும் மாறன் அகமதாபாத்திலும் வேலையில் சேர்ந்தனர். ஆனால் அவர்கள் மனத்தில், எப்படியாவது சொந்தத் தொழில் செய்யும் கனவை நனவாக்கவேண்டும் என்கிற எண்ணம் கொழுந்துவிட்டு எறிந்தது. வேலை பார்க்கும்போது கிடைக்கும் அனுபவத்தைத் தொழில் தொடங்குவதற்கு ஆதாரமாகப் பயன்படுத்திக்கொள்ளத் தீர்மானித்தார்கள்.

இப்போது உள்ளதுபோல் மின்னஞ்சல், கைப்பேசி, இணையத் தளம் போன்ற தொடர்பு சாதனங்கள் இல்லாத நாட்கள் அவை. இருப்பினும் அவர்கள் அவ்வப்போது ஒருவரை ஒருவர் தொடர்பு கொண்டு தங்கள் வருங்காலத் திட்டங்களைப் பரிமாறிக் கொண்டார்கள்.

காலப்போக்கில் இருவரும் தங்கள் எண்ணங்களுக்கு வடிவம் கொடுக்க முற்பட்டனர். இருவரும் வேலை செய்துவந்ததோ பொறியியல் கம்பெனிகளில். அந்தத் துறையில் ஏதாவது தொழில் தொடங்கவேண்டுமானால் முதலீடுகள் நிறையச் செய்யவேண்டியிருக்கும் என்பதை உணர்ந்தார்கள். அதே சமயம் பொறியியல் மற்றும் கனரகத் தொழிலின் வளர்ச்சி மந்தமாகவே காணப்பட்டது. அக்காலகட்டத்தில்தான் தகவல் தொழில் நுட்பம், மென்பொருள் சேவை ஆகிய துறைகளில் பல நிறுவனங்கள் தோன்ற ஆரம்பித்தன.

வரும் வருடங்களில் இத்துறையின் வளர்ச்சி பிரகாசமாக இருக்கும் என்று இருவரும் உணர்ந்தனர். தொழில் தொடங்கும் போது எதிர்காலத்தில் அதன் வளர்ச்சி எவ்வாறு இருக்கும் என்று கணிப்பது மிகவும் முக்கியம். வளரும் துறைகளில் பெரும்பாலும் காற்றின் திசை சாதகமாக இருக்கும். மித மற்றும் குன்றிய வளர்ச்சி உடைய துறைகளிலோ, எப்போதும் எதிர்நீச்சல்தான்!

இதை உணர்ந்த மாறனும் இரத்தின குமாரும் தகவல் தொழில் நுட்பம் சார்ந்த துறையிலேயே தொழில் ஆரம்பிக்கலாம் என யோசித்தார்கள். ஆராய்ந்து பார்த்ததில் ERP சம்பந்தப்பட்ட சேவைகளுக்கு உலகச் சந்தையில் நல்ல வரவேற்பு இருப்பதை உணர்ந்தார்கள். அத்துறையிலேயே தொழில் செய்யலாம் என நினைத்தார்கள். ஆனால் அதில் ஒரு சின்ன சிக்கல். அவர்கள், ERP பற்றிய பயிற்சியோ அல்லது செய்முறை அனுபவமோ பெற்றிருக்கவில்லை. அவர்களை நம்பி யார் வேலைகளைக் கொடுப்பார்கள்?

பயிற்சி உள்ளவர்களைப் பணியாளர்களாக நியமித்தாலும் அவர்களை நிர்வகிக்கும் அளவிலாவது இத்துறையைப் பற்றித் தெரிந்துகொள்வது அவசியம் என்று அவர்கள் உணர்ந்தார்கள். உடனடியாக இருவரும் ஈ.ஆர்.பி பயிற்சி அளிக்கும் நிறுவனங்களில் குறுகிய காலப் பயிற்சி வகுப்புகளில் சேர்ந்துகொண்டார்கள். மூன்று மாதப் பயிற்சியில் முழு மூச்சுடன் கலந்து கொண்டார்கள். பின்னர் செய்முறை அனுபவம் பெறுவதற்காகச் சிறிது நாட்கள் பிற கம்பெனிகளில் வேலை செய்யலாம் என நினைத்தார்கள். இரண்டு, மூன்று மாதத் தேடலுக்குப்பிறகு அவர்கள் எதிர்ப்பார்த்த வேலையும் கிடைத்தது. பின்னர் 1999-ல் அமெரிக்கா செல்லும் வாய்ப்பும் அவர்களுக்குக் கிடைத்தது.

அங்கேயே நன்றாக, சௌகரியமாக இருந்துவிடலாம் என்று இருவரும் நினைக்கவில்லை. 2005-ம் ஆண்டின் இறுதியில், தம்மால் தனியாக வேலைகளை எடுத்துக்கொண்டு செய்ய முடியும் என்கிற நம்பிக்கை வந்தவுடன் மாறன் முதலில் இந்தியா திரும்பினார். அனைவருக்கும் மழையை அளிப்பது கார்மேகம். அதனை அடிப்படையாக வைத்து 'கார் சிஸ்டம்ஸ்' என்ற கம்பெனியை நிறுவினார். தான் செய்துவந்த வேலையின் நிர்பந்தத்தால் இரத்தின குமாரால் சில மாதங்கள் கழித்துத்தான் இந்தியா திரும்ப முடிந்தது. செப்டம்பர் 2006-ல் இந்தியா

ரமேஷ்: எனக்கு ஒரு தொழில் முனைவோராக வரவேண்டும் என்று ஆசை. நான் ஃபார்மா துறையில் இருக்கிறேன். சொந்தமாக ஃபார்மா தொழில் ஒன்றை ஆரம்பிக்கவேண்டும் என்று எனக்கு ஆசை. நான் எப்படித் தொழில் தொடங்கவேண்டும், என்னென்ன செய்யவேண்டும் என்று கூறுங்கள்.

நண்பர் ரமேஷ்,

முதலில் எந்த மாதிரியான தொழில் தொடங்கப்போகிறீர்கள் என்று யோசித்துக்கொள்ளுங்கள் . நீங்கள் மருந்துகள் உற்பத்தி செய்யும் ஆலையை நிறுவலாம். அல்லது மற்றவர்கள் தயாரிக்கும் மருந்துகளை மார்க்கெட்டிங் செய்யலாம். உங்கள் முதலீடும் நீங்கள் செய்யப்போகும் பிசினஸைப் பொருத்தே இருக்கும். அடுத்தாக, அந்த பிசினஸ் சாத்தியமாகுமா (Project Feasibility) என்று நீங்கள் ஆராய்ச்சி செய்யவேண்டும். பல நிறுவனங்கள் வெவ்வேறு தொழில்களுக்காக இதுபோன்ற அறிக்கைகளைத் தயார் செய்திருக்கிறார்கள். உதாரணமாக தமிழக அரசின் ITCOT நிறுவனம் இத்தகைய அறிக்கைகள் பலவற்றைத் தயார் செய்திருக்கிறார்கள். அவர்களிடம் உங்கள் பிசினஸ் சம்பந்தப்பட்ட அறிக்கைகள் ஏதேனும் இருந்தால் அதை வாங்கிப் பார்க்கலாம். இத்தகைய அறிக்கைகளில் எவ்வளவு முதலீடு தேவைப்படும், லாபச் சதவிகிதம் என்ன, கடன் பெறும் முறைகள் என்ன போன்ற பல பயனுள்ள தகவல்கள் இருக்கும்.

திரும்பிய அவர் மாறனுடன் 'கார் சிஸ்டம்ஸ்' இயக்குநராகச் சேர்ந்துகொண்டார்.

கடந்த ஆறு வருடங்களில் அந்த நிறுவனம் பல மடங்கு வளர்ச்சி அடைந்துள்ளது. இன்று 230 பேருக்கு வேலை வாய்ப்பு அளித்திருக்கிறது. சென்னை மட்டுமல்லாது சவுதி அரேபியா, கத்தார், நெதர்லாண்ட்ஸ், அமெரிக்கா, கனடா ஆகிய நாடுகளிலும் கிளை அலுவலகங்களைத் தொடங்கியுள்ளனர்.

கல்லூரியில் தொடங்கிய கூட்டுக் கனவை எப்படியும் நிறைவேற்று வோம் என்ற திடமான மனத்துடன் பல இடைஞ்சல்களையும்

சவால்களையும் கண்டு துவண்டு போகாமல், அவற்றை எல்லாம் ஆட்கொண்டு சாதித்திருக்கிறார்கள். இவர்கள் சாதித்ததைப் பார்த்து நான் அவ்வப்போது மகிழ்ந்தது மட்டுமல்ல, பொறாமைப்பட்டும் இருக்கிறேன்!

இவ்விருவரையும் உதாரணமாகச் சொன்னதன் காரணம் தொழில்முனைவதற்குத் தேவையான படிப்பை நாம் கல்லூரியில்தான் படிக்க வேண்டும் என்பதில்லை. சில சமயம் பல நவீன துறைகளில் படிப்பதற்கு உண்டான வசதிகள் கல்லூரிகளில் வருவதற்கு நாளாகும். வளரும் தொழில்களில் பல குறுகிய காலப் பயிற்சி வகுப்புகள் இன்று நடத்தப்படு கின்றன. நம் சௌகரியத்துக்கும் வசதிக்கும் ஏற்றவாறு அதில் ஏதாவது ஒன்றில் சேர்ந்துகூட நாம் தொழில் செய்யப்போகும் துறையைப் பற்றிய அறிவை வளர்த்துக்கொள்ளலாம்.

பலரும், தாம் கல்லூரியில் படித்த துறையை விட்டுவிட்டு வேறு துறையில் தொழில் செய்வதால், படித்த படிப்பு வீணாகிவிடு கிறதே என்று குற்ற உணர்ச்சிக்கு உள்ளாகிறார்கள். அவர்களுக்கு நான் சொல்லிக்கொள்வதெல்லாம் இதுதான். அத்தகைய உணர்ச்சியை முதலில் உதறித் தள்ளுங்கள். படிப்பு என்பதை, உங்கள் மனத்தை விரிவடையச் செய்யும் ஒரு கருவியாகக் கருதுங்கள். வேலியாகப் பார்க்காதீர்கள்.

தொழில் முனையும் ஆவலில் உள்ள இளைய தலைமுறையினர் பலரையும் குழப்பத்தில் ஆழ்த்தும் கேள்வி: தொழில்முனை வதற்கு வயது ஒரு தடையா என்பது. படிப்பை முடித்தவுடன் நேரடியாகத் தொழில்முனைவதில் குதிப்பதா? அல்லது சில வருடங்கள் வேலை பார்த்துவிட்டு, சற்று அனுபவம் பெற்ற பிறகு தொழில் செய்யலாமா? இரண்டிலும் ஆதாயங்கள் உள்ளன. ஆனால் பலரையும் குழப்பத்தில் ஆழ்த்தும் இந்த கேள்வி விவேகாவைச் சற்றும் பாதிக்கவில்லை. அவளுடைய ஆணித்தரமான நோக்கும் தெளிவான சிந்தனையும் என்னை ஆச்சரியப்படுத்தியது.

9

யதார்த்தத்தின் பங்கு

மாணவி விவேகாவைப் பற்றிச் சொல்வதற்குமுன் பொதுவாக அனைவரையும் சற்று யோசிக்க வைக்கும் சூழ்நிலையைச் சற்றுப் பார்ப்போம். தொழில்முனைவதில் விருப்பம் உள்ளவர்கள் பலரும் யோசிப்பது, நாம் எப்போது தனியே தொழில் தொடங்குவது என்பதைத்தான்.

சில வருடங்கள் பிற நிறுவனங்களில் வேலை செய்து சற்று அனுபவம் பெற்றபிறகு தொடங்க லாமா அல்லது படிப்பை முடித்த உடனேயே தொடங்கலாமா என்பதுதான் பெரிய கேள்வி. இது குறித்து ஒவ்வொருவருக்கும் ஒவ்வொரு வகையான சிந்தனை இருக்கும்.

பெங்களூரின் இந்திய மேலாண்மைக் கழகத்தில் ராஜிவ் என்று எனக்கொரு நண்பர் இருந்தார். தனியாகத் தொழில் செய்து சாதிக்கவேண்டும் என்பது அவருடைய பல நாள் கனவாக இருந்தது. நாங்கள் சந்திக்கும்போதெல்லாம் அவர் உற்சாக மாகப் பல முறை அதைப் பற்றிப் பேசியிருக்கிறார்.

இது இப்படியிருக்க, கல்லூரியில் காம்பஸ் பிளேஸ்மெண்ட் சீசனும் வந்தது. கல்லூரி விடுதியில் மதியம் ஓய்வு எடுத்துக் கொண்டிருந்தபோது யாரோ கதவை வேகமாகத் தட்டும் சத்தம் கேட்டு எழுந்தேன்.

'யாருடா இந்த நேரத்தில்! அடிக்கிற அடியில் கதவு உடைந்திடும் போல் இருக்கே' என்று சபித்துக்கொண்டே கதவைத் திறந்தால் வெளியே மகிழ்ச்சிக் கடலில் ராஜிவ். எந்தக் கல்லூரியிலும் மாணவர்களுக்கு இடையே பொதுவாகச் சொல்லப்படும் அடைமொழியைச் சொல்லி அழைத்தார்.

'மச்சான், எனக்கு வேலை கிடைச்சிடுச்சி.'

'வாழ்த்துகள். எங்கே?'

'பாம்பேல. வருஷம் ஆறு லட்சம் சம்பளம். மார்க்கெட்டிங் வேலை.'

'ரொம்ப சந்தோஷம்டா. ஆனா நீதான் வேலைக்குப் போகப் போறதில்லை; நானே சொந்தமாத் தொழில் செய்யப் போறேன்னு சொல்லிட்டிருந்தியே...' என்று இழுத்தேன்.

'சரிதான். எனக்குள் அந்த ஆர்வம் இன்னும் எரிஞ்சுட்டுதான் இருக்கு. ஆனால் இந்தச் சமுதாயத்தில் தனியாத் தொழில் செய்கிற வனுக்கு என்ன மரியாதை இருக்குன்னு சொல்லு பார்ப்போம். சொந்தமாகத் தொழில் செய்கிறவனுக்கு யாரு தன் பொண்ணைக் கட்டித் தருவாரு...' என்று பேசிக்கொண்டே போனார். 'அதான் சில வருடம் வேலை பார்த்து செட்டிலானபிறகு தொழில் தொடங்கலாம்னு முடிவெடுத்திருக்கேன்' என்று நிறுத்தினார்.

அவருடைய நிதர்சனமான அலசல் சுமார் பதினைந்து வருடங் களுக்குமுன் எனக்குச் சரி எனப் பட்டது. ஆனால் இன்றோ நிலைமை முற்றிலும் மாறுபட்டுள்ளது. தொழில்முனைபவர்கள் சமுதாயத்தின் பார்வையிலும் அந்தஸ்திலும் பல படிகள் உயர்ந்திருக்கிறார்கள். வேலைக்குச் செல்பவர்களைக் காட்டிலும் பிறருக்கு வேலை அளிப்போரை இன்று பலரும் முன்னிறுத்திப் பாராட்டுகிறார்கள்.

ஒரு கருத்தரங்கில் பவன் குமார் கூறியது இப்போது என் நினைவுக்கு வருகிறது. யார் இந்த பவன் குமார் என்று கேட்கிறீர்களா? கூறுகிறேன். இவர் இந்தியாவின் தலை சிறந்த

கல்லூரிகளில் ஒன்றான ஐஐடி கான்பூரில் பி.டெக், எம்.டெக் பட்டம் பெற்றவர். அதன்பின் 19 ஆண்டுகள் இந்தியாவின் மிகப் பெரிய மென்பொருள் சேவை நிறுவனமான டி.சி.எஸ்ஸில் பணி புரிந்தார். 1993-ல் ஆர்.பி.ஜி நிறுவனத்தின் சர்வதேச மென் பொருள் சேவைப் பிரிவின் தலைவராகப் பொறுப்பேற்றார். 1996-ம் ஆண்டுவரை அந்தப் பதவியில் இருந்த அவர், பின்னர் உலகின் மிகப் பெரிய தொழில்நுட்ப நிறுவனமான ஐ.பி.எம் இந்தியாவில் ஏற்படுத்திய உலக மென்பொருள் சேவைப் பிரிவின் தலைவராகச் சேர்ந்தார். அங்கு 4 வருடங்கள் பணியாற்றியபின் வெளியே வந்து vMoksha Technologies என்ற தன் சொந்த நிறுவனத்தைத் தொடங்கினார்.

தன்னுடைய தொழில்முனையும் முயற்சியை ஏன் 28 வருட அனுபவத்துக்குப்பிறகு தொடங்கினார் என்ற கேள்விக்கு அவர் அளித்த பதிலை இங்கே சுருக்கிச் சொல்கிறேன்.

'தொழில் முனைவது என்பது சாதரணமான காரியம் இல்லை. பல தியாகங்களைச் செய்யவேண்டும். உங்கள் சொந்தத் தொழிலுக்காக நீங்கள் அத்தகைய தியாகங்கள் செய்வதற்குத் தயங்க மாட்டீர்கள். ஆனால் உங்கள் குடும்பத்தாரின் நிலையை நினைத்துப் பாருங்கள். உங்கள் மனைவியும் குழந்தைகளும் உங்களுடன் சேர்ந்து ஏன் கஷ்டப்படவேண்டும்? வியாபாரம் சூடு பிடிக்கும்வரை மாதச் சம்பளம் கூட வீட்டுக்கு எடுத்துச் செல்வது என்பது கடினமாக இருக்கலாம்.

'அநாவசியச் செலவுகள் ஏதும் செய்ய முடியாது. இருபத்து நான்கு மணி நேரமும் கம்பெனிக்குப் பின்னாலேயே ஓட வேண்டியிருக்கும். பல தரப்பட்ட சிக்கல்கள் மற்றும் பதற்றமான சூழ்நிலைகளால் வீட்டில் உள்ளவர்களிடம் நிம்மதியாக உரையாடவோ அல்லது மழலைக் குழந்தைகளுடன் சிரித்து விளையாடவோ கூட முடியாமல் போகலாம். உங்களுக்குத் திறமை இருந்தும், கட்டாயத்தினால் உங்களுடைய செலவுத் திறன் உங்களைப் போன்றவர்களுடன் ஒப்பிட்டுப் பார்த்தால் குறைந்தே இருக்கும். உங்கள் குழந்தைகளின் ஏக்கத்தைப் பார்க்கும்போது நீங்கள் வருத்தப்படலாம்.

'அதனால்தான் நான் பல வருடங்கள் வெவ்வேறு நிறுவனங் களில் பணி புரிந்தேன். நிரந்தர வருமானம் கிடைத்தது. அதை வைத்துக்கொண்டு சொந்த வீடு, கார் வாங்க முடிந்தது. என் பிள்ளைகளை, கட்டணத்தைப் பார்க்காமல் நல்ல கல்லூரிகளில்

கேள்வி:

நான் பி.எஸ்.சி கம்ப்யூட்டர் சயன்ஸ் முடித்திருக்கிறேன். எனக்கு, படித்துக்கொண்டே வேலைக்குப் போகவேண்டும் என்று விருப்பம். ஆனால் எனக்கு ஒரு சின்னக் குழந்தை இருக்கிறது. குழந்தையை விட்டுவிட்டுப் போவது என்பது ரொம்பக் கஷ்டமான விஷயமாக இருக்கிறது. அதனால் வீட்டில் இருந்தபடியே பிறரை வைத்து நிர்வகிப்பதுபோல என்ன பிசினஸ் பண்ணலாம் என்று ஒரு ஐடியா கொடுங்கள்.

பதில்:

முழுநேர வேலை செய்தால் குழந்தையுடன் அதிக நேரம் செலவிட முடியாதே என்கிற உங்களின் கருத்து, நடைமுறையில் இருப்பதை நன்கு பிரதிபலிக்கிறது. வேலை என்பது இன்று பல இடங்களிலும் தினசரி, குறைந்த பட்சம் பத்து மணி நேரமாகவாவது இருக்கிறது. ஆனால், உங்கள் சூழ்நிலைக்குத் தீர்வு என்பது தொழில்முனைவதில் ஏற்படாது. ஏனெனில், நீங்கள் தொடங்கும் தொழில் உங்களது இன்னொரு குழந்தையைப்போல. இருபத்து நான்கு மணி நேரமும் உங்கள் கவனம் அதில் தேவைப்படும். பிசினஸ் உரிமையாளர்கள் தம் ஊழியர்களைக் காட்டிலும் அதிகம் நேரம் செலவிட வேண்டியிருக்கும். அப்போதுதான் பிசினஸ் வெற்றி பெறும். மற்றவர்களை வைத்துப் பார்த்துக்கொள்வது பலருக்கும் நடைமுறையில் ஏமாற்றத்தையே தந்திருக்கிறது.

ஆக, தொழில்முனைவதில் உங்களுக்கு ஆர்வம் இருந்தால் மட்டும் அதில் இறங்குங்கள். இல்லையென்றால், பகுதி நேர வேலை செய்தல் உங்கள் பிரச்னைக்குத் தீர்வாக இருக்கும். இன்று பல கம்பெனிகள் உங்களைப் போன்ற திறமை வாய்ந்தவர்களைப் பகுதி நேர அடிப்படையில் வேலைக்கு அமர்த்துகிறார்கள். உங்களுக்கு அருகில் உள்ள ஆள் சேர்ப்பு மையம் ஏதாவது ஒன்றில் இத்தகைய வாய்ப்புகள் குறித்து நீங்கள் தெரிந்துகொள்ளலாம்.

படிக்க வைக்க முடிந்தது. பணி புரிந்தபோது சேமித்துவைத்த தால், இப்போது என் குடும்பம் அனுபவித்து வரும் வாழ்க்கை முறையை என் வருமானம் நின்றுபோனாலும் என்னால்

அவர்களுக்குத் தொடர்ந்து அளிக்க முடியும் என்ற நிலையை எட்டியவுடன், நம்பிக்கையுடன் தொழில்முனையும் முயற்சியில் என்னால் இறங்க முடிந்தது.

‘பல இளைஞர்களுக்கும் நான் இதே அறிவுரையைக் கூறுவேன். சுயமாகத் தொடங்குமுன் பிற இடங்களில் பணி புரிந்து, செல்வத்தையும் அனுபவத்தையும் பெற்றிடுங்கள். இது உங்களுக்கு மிக மிக உதவியாக இருக்கும்.’

பவன் குமார் கூறுவதில் சற்று உண்மை இருந்தாலும், என்னால் அதை முற்றிலுமாக ஏற்றுக்கொள்ள முடியாது. உங்களில் யாருக்காவது அற்புதமான பிசினஸ் திட்டம் இருந்தால் நான் சொல்வதெல்லாம் ஒன்றுதான். அதைத் தள்ளிப் போடாதீர்கள். யாருக்குத் தெரியும், உங்களின் தாற்காலிக ஒத்திவைப்பு உங்களுக்கு மீறிய காரணங்களால் நிரந்தரமாகி விட்டால்? இன்று சக்கைப்போடு போட்டுக்கொண்டிருக்கும் கம்பெனி களைப் பாருங்கள். உலக அளவில் Google, Facebook , Yahoo! போன்ற நிறுவனங்களும், இந்தியாவில் Infosys , Biocon போன்ற நிறுவனங்களும் இளம் தலைமுறை தொழில் முனைபவர் களாலேயே தொடங்கப்பட்டன.

சிறிது பணம் சம்பாதிப்போம், அடிப்படை வசதிகளை உருவாக்கிக்கொள்வோம், சற்று செட்டில் ஆவோம், அதன் பிறகு நம் தொழிலை ஆரம்பிப்போம் என்று நினைப்பதில் தவறில்லை. ஆனால் இவ்வளவு பணம், வசதிகள் போதும் என்று நீங்கள் இன்று வைக்கும் இலக்கு காலப்போக்கில் அதிக மாகலாம். உங்கள் தொழிலைத் தொடங்குமுன் உங்கள் அடுத்த இலக்கை அடைய முயற்சிப்பீர்கள். ஆக நான் சொல்லும் எச்சரிக்கை இதுதான். அலைகள் ஓய்வதில்லை. மீனவர்கள் அலைகள் நின்றபிறகு கடலுக்குச் செல்லலாம் என்று நினைத் தால் நிரந்தரமாக கடற்கரையிலேயே இருக்கவேண்டியதுதான். பதினைந்து வருடங்கள் ஆகியும் ராஜிவ் இன்றும் பிற நிறுவனங்களில்தான் பணியாற்றி வருகிறார்.

சுற்றிச் சுற்றி வந்து விவேகாவைப் பற்றி எதுவும் சொல்ல வில்லையே என்கிறீர்களா? அடுத்த அத்தியாயத்தில் அந்தக் கதாநாயகியைப் பார்ப்போம்.

10

உறுதிப்பாடு

'உங்களைச் சற்று நேரம் சந்திக்க முடியுமா?'

மின்னஞ்சல் மூலம் வேண்டுகோள் விடுத்திருந்தார் விவேகா.

ஐஐடியில் பேராசிரியர்களாக இருப்பவர்களுக்கு மாணவர்களிடமிருந்து இதுபோன்ற வேண்டுகோள் கள் வருவது சகஜம். இவ்வாறு புத்திசாலித்தனமும் ஆர்வமும் உடைய பல மாணவர்களைச் சந்திக்கும் வாய்ப்பை நான் பெரும் பாக்கியமாகக் கருது கிறேன். வரும் அனைத்து வேண்டுகோள்களையும் ஏற்று அனைவரையும் சந்திக்கவேண்டும் என்கிற ஆசை இருந்தாலும் நேரமின்மை காரணமாக நடைமுறையில் வெகு சிலரை மட்டுமே நேரடி யாகச் சந்திக்க முடிகிறது. பலருக்கு மின்னஞ்சல் மூலமாகப் பதிலளிப்பதும் வழக்கம்.

விவேகாவுடனும் அவ்வாறே உரையாடல் தொடங்கியது.

'உங்கள் கேள்விகளைச் சொல்லுங்கள் . நான் மின்னஞ்சல்மூலம் முடிந்தவரை தெளிவுப்படுத்து கிறேன்' என்று பதிலளித்தேன்.

'இல்லை, நான் நேரில் வந்தே என் சந்தேகங்களைப் போக்கிக் கொள்ள விரும்புகிறேன். உங்கள் சௌகரியம் எப்போது என்று சொல்லுங்கள். அப்போது வருகிறேன்' என்று உடனே பதில் வந்தது.

அவருடைய விடாப்பிடியான மனப்பாங்கைக் கண்டு நான் ஆச்சரியமடைந்தேன்.

எதைப் பற்றிப் பேச விரும்புகிறார் என்பதை விவரமாக அறிந்து கொள்ள அவர் அனுப்பிய மின்னஞ்சலைச் சற்று கவனித்துப் படித்தேன். மின்னஞ்சலுடன் அவருடைய ஆளுமைக் குறிப்பையும் சேர்த்து அனுப்பியிருந்தார்.

அதைப் படித்த எனக்கு அவருடைய பின்புலம் பற்றிய சில விவரங்கள் தெரிய வந்தது.

விவேகா மதுரையைச் சேர்ந்தவர். தமிழ்நாடு விவசாயப் பல்கலைக்கழகத்தில் இளங்கலைப் படிப்பை முடித்தவர். இப்போது சாஸ்த்ரா பல்கலைக்கழகத்தில் முதுகலைப் பட்டப் படிப்பு படித்துக் கொண்டிருக்கிறார். இப்படிப்பை முடித்த பின்பு ஐஐடி சென்னையில் M.S. (Entrepreneurship) சேர விருப்பப் படுவதாகவும் அது குறித்த சில சந்தேகங்களைத் தெளிவு படுத்திக்கொள்வதற்காகச் சந்திக்க விரும்புவதாகவும் எழுதி இருந்தார்.

ஐஐடி சென்னையில் உள்ள பட்டப் படிப்புக்கான தகவல்கள் அனைத்தும் இணையத்தளத்தில் குறிப்பிடப்பட்டிருக்கும். ஆனால் பலர் அதைப் பார்க்காமலேயே தங்கள் சந்தேகங்களை நேரடியாகவோ அல்லது மின்னஞ்சல் மூலமாகவோ கேட்க முற்படுவர். அத்தகையோருக்கு நான் இணையத்தளத்தைச் சுட்டிக் காட்டி அங்கு அவர்கள் கேள்விகளுக்கு விவரம் அளிக்கப்பட்டிருக்கிறது என்று பதில் அளிப்பது வழக்கம். ஆனால் விவேகாவிடமிருந்து வந்த மின்னஞ்சலோ அவருடைய அக்கறையை எடுத்துக்காட்டும் விதமாக இருந்தது. அவர் இரண்டு ஆண்டுகளுக்கு முன் ஐஐடி சென்னையில் கோடை விடுமுறையின்போது பயிற்சிக்காக வந்திருந்ததாகவும், அப்போது இந்தப் பட்டப்படிப்பு பற்றி அறிந்துகொண்டதாகவும், அதில் சேருவதற்கான விண்ணப்பத்தை எப்படி வலிமையாகத் தயார்ப்படுத்துவது என்பது குறித்து ஆலோசிக்க விரும்புவதாகவும் எழுதியிருந்தார்.

‘மதுரையிலிருந்து நீங்கள் இதற்காக ஏன் சென்னை வரவேண்டும்? முதலில் தொலைபேசியில் பேசி உங்கள் சந்தேகங்களைத் தீர்க்க முயற்சி செய்கிறேன். அதன் பிறகும் நீங்கள் நேரடியாகச் சந்திக்க விரும்பினால் சென்னை வரலாமே’ என்று பதில் அளித்தேன். ‘வரும் வெள்ளிக் கிழமை நீங்கள் போன் செய்தால் உங்களுடன் உரையாடுவது வசதியாக இருக்கும்’ என்றும் சொல்லியிருந்தேன்.

‘சரி’ என்று பதிலும் வந்தது.

தினசரிப் பணிகளில் ஈடுபட்டிருந்ததினால் அந்தத் தொலைபேசி உரையாடலுக்கான முன்னேற்பாடு குறித்து நான் சுத்தமாக மறந்து போயிருந்தேன். சுமார் பதினோரு மணி இருக்கும். என் அலுவலகக் கதவை யாரோ மெல்லத் தட்டும் ஓசை கேட்டது.

‘உள்ளே வாருங்கள்’ என்றேன்.

கதவை திறந்து வந்தவரை நான் அதற்குமுன் பார்த்திருந்த தில்லை. யார் நீங்கள் என்று நான் கேட்பதற்குமுன் அவரே முந்திக்கொண்டார்.

‘சார், நான்தான் விவேகா’ என்றார்.

நேரடியாக அவர் வருவார் என்பதை நான் எதிர்பார்க்கவில்லை.

‘நாம் தொலைபேசியில் பேசுவதாக அல்லவா இருந்தது. எதற்காக இவ்வளவு சிரமப்பட்டு நேரில் வந்திருக்கிறீர்கள்?’ என்றேன்.

‘இல்லை, நேரில் சந்திப்பதே எனக்கு உசிதம் என்று பட்டது. நீங்கள் இப்போது பிஸியாக இருந்தால், எப்போது வரவேண்டும் என்று சொல்லுங்கள், அப்போது வந்து பார்க் கிறேன்’ என்றார்.

அவருடைய மனப்பாங்கு என்னை வியப்பில் ஆழ்த்தியது. தொழில்முனைவதில் வெற்றி பெறுவதற்கு இத்தகைய விடாப்பிடியான குணம் மிகவும் தேவை.

‘இல்லை, உட்காருங்கள். நாம் இப்போதே பேசலாம்’ என்றேன். அதன் பிறகு நடந்த உரையாடலின் சுருக்கம் கீழே:

‘சிறு வயதிலிருந்தே, சமுதாயத்துக்கு நன்மை அளிக்கும் வகையில் தொழில் செய்து அதன்மூலம் நம் நாட்டுக்கு உதவி செய்யவேண்டும் என்கிற எண்ணம் என்னிடம் இருக்கிறது.’

‘ஏன்?’

‘என் பெற்றோர்கள் இருவரும் மருத்துவர்கள். மதுரையில் மருத்துவமனை ஒன்றை நடத்திவருகிறார்கள். மருத்துவ மனையில் அவர்கள் பலருக்கும் வேலை வாய்ப்பு அளிப்பதைப் பார்க்கும்போதெல்லாம் நானும் அவ்வாறே பலருக்கும் நன்மை செய்யவேண்டும் என்கிற எண்ணம் வரும்.’

‘எந்தத் துறையில் தொழில் செய்யலாம் என்று இருக்கிறீர்கள்?’

‘நான் இப்போது நானோடெக்னாலஜி படித்து வருகிறேன். அதைச் சார்ந்தே ஏதாவது தொழில் செய்யலாம் என்று விரும்புகிறேன்.’

‘ஆழ்ந்த அறிவியல் சார்ந்த துறையாக இருக்கிறதே, முதலீடு அதிகம் தேவைப்படுமே?’

‘உண்மைதான். ஆனால் முதலில் சிறிதாக ஆரம்பித்து, படிப்படி யாக விரிவுபடுத்த நினைக்கிறேன். பெற்றோரும் தங்களால் முடிந்த அளவுக்கு உதவுவதாகச் சொல்லியிருக்கிறார்கள்.’

‘சரி, தொழில் தொடங்கும் அளவுக்கு உங்களுக்கு அனுபவம் தற்போது இல்லையே...’

‘கடந்த இரண்டு மூன்று வருடங்களாக நான் இத்துறையைப் பற்றி நன்கு படித்து ஆராய்ந்து வருகிறேன். என்னால் முடியும் என்கிற நம்பிக்கை இருக்கிறது.’

‘இரண்டு மூன்று வருடங்கள் வேறு ஏதாவது கம்பெனிகளில் வேலை பார்த்தபிறகு உங்கள் தொழிலை ஆரம்பிக்க நினைக்கலாமே...’

‘ஆனால், இந்த இடைக்காலத்தில் வேறு யாராவது போட்டி யாளர் முதலில் ஆரம்பித்துவிட்டால்...’ என்று இழுத்தார்.

அவருடைய தீர்மானமும் தைரியமும் மிகவும் பாராட்டுக் குரியது. இந்த விடாமுயற்சியும் தன்னம்பிக்கையும் அவரை

மகேஷ் குமார்:

நான் மயிலாடுதுறையில் இருக்கிறேன். பி.எஸ்சி (ஐடி) படித்துள்ளேன். கடந்த ஏழு ஆண்டுகளாக, புதுக்கோட்டையில் ஒரு தனியார் நிறுவனத்தில் அசிஸ்டெண்ட் மேனேஜராக இருந்து வருகிறேன். என் நண்பர் சதீஷ் குமார், சென்னையில் ஒரு தனியார் ஷேர் மார்க்கெட் நிறுவனத்தில் பணி புரிந்துவருகிறார். எங்கள் இருவருக்கும் பிசினஸ் செய்யவேண்டும் என்று பெரும் கனவு. எங்கள் ஊரில் சோலார் பவர் பொருள்களை விற்கலாம் என்று நினைக்கிறோம். எங்களுக்கு அந்தத் துறை பற்றி அவ்வளவாகத் தெரியாது, ஆனால் நம்பிக்கை இருக்கிறது. நாங்கள் என்ன செய்யவேண்டும் என்று சொல்லுங்கள்.

நண்பர் மகேஷ் குமார்,

புவி வெப்பமயமாதல் இன்று மனித இனம் எதிர்கொள்ளும் மிகப் பெரும் சோதனையாகும். சூரிய சக்தி போன்ற புதுப்பிக்கத்தக்க ஆற்றல் மூலம் இயங்கும் சாதனங்கள் இத்தகைய வெப்பமய மாதலைச் சற்றே கட்டுப்படுத்தும். ஆதலால் நீங்கள் யோசித்திருக்கும் பிசினஸ் இன்றைய காலகட்டத்துக்கு மிகவும் உகந்ததாக இருக்கும். ஆனால் இதே போன்றே பலரும் நினைத்திருப்பதால் இன்று இத்துறையில் போட்டி சற்று அதிகமாகவே காணப்படுகிறது. முதலில் நீங்கள் இத்துறையைப் பற்றிச் சற்று அறிந்துகொள்ள வேண்டும். இணையத்தளம் மூலமாகவோ அல்லது குறைந்தகாலப் பயிற்சி வகுப்பு ஏதாவது ஒன்றில் சேர்ந்தோ உங்கள் அறிவைச் சற்று வளர்த்துக்கொள்ள லாம். அதன் பின்னர் போட்டியாளர்களிடமிருந்து நீங்கள் எப்படி வேறுபட்டு நிற்பீர்கள் என்பதைச் சற்று யோசித்துக் கொள்ளுங்கள். விலையிலோ, சேவை அளிப்பதிலோ அல்லது உயரிய தொழில்நுட்பத்திலோ நீங்கள் போட்டியாளர் களிடமிருந்து வேறுபட்டு நிற்கலாம்.

உங்கள் வழிமுறையை உறுதி செய்தபிறகு அந்த பிசினஸை ஆரம்பிப்பதற்கான முதலீடு எவ்வளவு என்று தீர்மானித்துக் கொள்ளுங்கள். அதை எவ்வாறு திரட்டப் போகிறீர்கள் என்றும் திட்டம் வைத்துக்கொள்ளுங்கள். முக்கியமாக உங்கள் தன்னம் பிக்கையை இழந்துவிடாதீர்கள். உங்கள் பிசினஸ் அமோகமாக வளரும்.

எதிர்காலத்தில் ஒரு வெற்றித் தொழில்முனைவராக உருவாக்கும் என நான் நம்புகிறேன்.

தொழில்முனையும் பயணத்தை எப்போது தொடங்குவது என்று நாம் விவாதித்து வந்தோம். சற்று அனுபவம் பெற்றபிறகு ஆரம்பிக்கலாம் என்பது ஒரு கருத்து. படித்த உடனேயே ஆரம்பிக்கலாம் என்பது இன்னொரு கருத்து. விவேகாவைப் போன்றவர்கள் அதற்கு உதாரணமாகத் திகழ்கிறார்கள்.

யாருக்கு எது ஏற்புடையது? இன்று சமூகத்தில் மாற்றம் என்பது மிகவும் வேகமாகி வருகிறது. இந்தத் தொழில்தான் தொடங்குவேன் என்று தெளிவாக இருப்பவர்கள் உடனேயே தொடங்குவது நலம். ஏனெனில் யாருக்குத் தெரியும், நாளைய நிலவரம் எப்படி இருக்கும் என்று? இன்று பொருத்தமானதாக அல்லது அவசியமாக இருக்கும் தொழில், நாளை தொழில்நுட்ப அல்லது சமுதாய மாற்றத்தினால் அனாவசியமாக ஆகிப் போகலாம்.

தொழில் தொடங்கவேண்டும் என்கிற ஆர்வம் இருக்கும். ஆனால் இந்தத் தொழில்தான் என்றில்லை. சந்தர்ப்பத்துக்கு ஏற்ப அன்றைய நிலைமையைக் கருத்தில் கொண்டு ஏதாவது தொழில் செய்வோம் என்கிற நெகிழ்வு எண்ணம் கொண்டோர், சிறிது அனுபவம் பெற்றபிறகுகூடத் தங்கள் தொழிலை ஆரம்பிக்கலாம்.

11

வெற்றி தோல்விக்குப் பின்னால்

அனுபவம் இல்லாததால் பிசினஸில் பின்னடைவு ஏற்படுமா? அப்படி நடந்துவிட்டால்? இது பலருக்கும் உதிக்கும் கேள்விதான்.

பின்னடைவு என்பது அனைவருக்கும் வரலாம். அதற்காகப் பயந்துகொண்டிருந்தால் எதையும் சாதிக்க முடியாது. விழுந்துவிடுவோமே என்று ஓடாமல் பயந்துகொண்டிருப்பவர்கள் தவழ்ந்து தான் செல்லவேண்டும்.

நான் சிறு வயதில் சைக்கிள் கற்றுக்கொண்ட விதம் என் நினைவுக்கு வருகிறது. இப்போது இருக்கும் சிறு சைக்கிள்கள் அப்போது அவ்வளவாகப் புழக்கத்தில் இருந்ததில்லை. கீழே விழாமல் இருக்க தற்போது வைக்கப்படும் சைடு சக்கரங்கள் அப்போது இருந்ததில்லை.

‘டேய், விழாம பிடிச்சிக்கங்கடா!’

முதன்முதலில் சைக்கிளில் ஏறியபோது எனக்கு கற்றுக்கொடுக்க வந்த நண்பர்களிடம் கூறியது எனக்கு என்னும் நினைவிருக்கிறது.

‘சரி, சரி, நீ முதலில் ரோட்டைப் பார்த்து வண்டியை ஓட்டு.’

சொல்லி முடித்தவுடனேயே சைக்கிளில் அவர்கள் பிடித்திருந்த பிடி விலகியது.

‘டேய், பிடிங்கடா. ஏன்டா விட்டீங்க?’

யாரும் கற்றுக்கொடுப்பதாகத் தெரியவில்லை. என் கைகள் உறைந்து செயலிழந்து போயின. சைக்கிள் மந்திரத்துக்குக் கட்டுப்பட்டதுபோல சாலையோரம் உள்ள மரத்தை நோக்கி நேராகச் சென்றது. அடுத்த சில வினாடிகளில் மரத்தில் மோதி நான் கீழே விழ, என்மீது சைக்கிள் விழ, இருவரையும் விடுவிக்க நண்பர்கள் கூட்டம் ஓடி வந்தது.

‘ஏன்டா விட்டீங்க?’

ஆளுக்கொரு கமெண்ட் அடித்தார்கள்.

‘என்னடா, இவ்வளவு பெரிய ரோட்டுல நேரா மரத்தைப் போய் இடிச்சிருக்க?’

‘சைக்கிளுக்கு என்ன சேதாரம் பாருங்கப்பா!’

ஆனால் கடைசியில் வந்த ஒரு கமெண்ட் இன்றும் என் மனத்தில் நிலைத்து நிற்கிறது.

‘விழுந்து எழுந்தால்தாண்டா சைக்கிள் கத்துக்க முடியும். எழுந்து மறுபடியும் சீட்ல உட்கார்.’

பிசினஸ் செய்வதும் அப்படித்தான். தோல்வியைச் சந்திக்காமல் வெற்றி காண்பது அரிது. இன்று வெற்றிகரமாக இயங்கும் பல நிறுவனங்கள் தவறுகள் எதுவும் செய்யவில்லை என்று கூற முடியாது. சரியான செயல்களுக்கான விழுக்காடு, பிழைகளுக்கான விழுக்காட்டை விட அதிகமாக இருப்பதாலேயே அந்நிறுவனங்கள் வெற்றி அடைந்திருக்கின்றன.

இந்தியாவில் செயல்படும் சீரிய நிறுவனங்களில் ஒன்றாக இன்போசிஸ் இன்று கருதப்படுகிறது. பில்லியன் டாலர் வருவாயை எட்டியபோது கம்பெனியில் ஒரு பெரிய விழா கொண்டாடினார்கள்.

அப்போது நான் இன்போசிஸில் வேலை செய்துகொண்டிருந்தேன். அவ்விழாவின்போது இன்போசிஸ் வளர்ந்த வரலாற்றை

ஒரு திரைப்படமாகக் காண்பித்தார்கள். ஒரு சிறு கம்பெனியிலிருந்து இருபதாயிரம் பேருக்குமேல் வேலை செய்யும் நிறுவனமாக எப்படி வளர்ந்தது என்பதை அப்படம் சித்திரித்துக் காட்டியது.

அதைப் பார்த்துவிட்டு என்னருகே அமர்ந்திருந்த நண்பர் முரளி கூறினார்: 'ஆரம்பத்தில் எடுக்கப்பட்ட பல முடிவுகள் இப்போது பார்க்கும்போது சரியில்லாததாகத் தெரிகிறது. அப்படி இருந்தும்கூட இந்தக் கம்பெனி ஒரு மகத்தான கம்பெனியாகத் திகழ்கிறது. இதைப் பார்க்கும் போது உனக்கு என்ன தெரிகிறது?'

'மனத்தில் இருப்பதைச் சொல்லேன் முரளி. ஏன் புதிர் போடுகிறாய்?'

'கம்பெனியின் வெற்றி தோல்வி ஒன்றிரண்டு சரியான அல்லது தவறான முடிவுகளால் நிர்ணயிக்கப்படுவதில்லை. காலப் போக்கில் எடுக்கப்பட்ட முடிவுகள் ஒட்டுமொத்தமாகவே வெற்றி தோல்வியை நிச்சயிக்கின்றன. நம் கம்பெனியைப் பொருத்தவரை 49 சதவிகித முடிவுகள் தவறாக இருந்தாலும் 51 சதவிகித முடிவுகள் மிகச் சரியானவையாக இருந்திருக்கின்றன. இந்த 2 சதவிகித வித்தியாசம்தான் நம் கம்பெனியின் வெற்றிக்குக் காரணம் என்று நான் நினைக்கிறேன்.'

சில வருடங்களுக்கு முன்பு இருந்ததுபோல் இன்றைய சமூகச் சூழல் இல்லை. தொழில்முனைபவர்களுக்கு ஊட்ட மருந்தாக ஆலோசனையும் உதவியும் அளிக்கும் நிறுவனங்கள் பல இப்போது உள்ளன. அத்தகைய அமைப்புகள் வழங்கும் அறிவுரையும் பயிற்சியும் சிறுசிறு இடர்களைத் தாண்டுவதற்குப் பெரிதும் உதவியாக இருக்கும். அண்மையில் வெளிவந்த செய்தி ஒன்று என்னைப் பெரிதும் மகிழ்ச்சிக்கு உள்ளாக்கியது.

சில கல்லூரிகளில், அங்கு படிக்கும் மாணவர்களைத் தொழில் முனைவர்கள் ஆக ஊக்கப்படுத்துவதற்காகப் புதிய திட்டங்கள் வகுத்திருப்பதாக வெளியாகி இருந்தது. உதாரணமாக தொழில் தொடங்கி அதில் தோல்வி அடைந்தோர், குறிப்பிட்ட ஆண்டுகளுக்குள் மீண்டும் கேம்பஸ் பிளேஸ்மெண்டில் கலந்து கொள்ளலாம் என்று குறிப்பிடப்பட்டிருந்தது. இத்தகைய பாதுகாப்பு வலை மாணவர்களுக்கு நல்ல தன்னம்பிக்கையைத் தரவல்லது. மாணவர்கள் தொடங்கிய தொழிலை

கேள்வி: தொழில் செய்ய விரும்புவோர் தொடர்புகொள்ள வேண்டிய தொழிற் கூட்டமைப்பின் தொடர்பு முகவரிகளைத் தர முடியுமா?

பதில்: தொழில் முனைபவர்களுக்கு உதவும் ஒரு சிறந்த அமைப்பு TiE நிறுவனம் ஆகும். முதலில் அமெரிக்காவில் தொடங்கப் பட்டாலும், கடந்த சில வருடங்களில் இந்தியாவின் பல நகரங்களில் கிளைகள் தொடங்கப்பட்டுள்ளன. தமிழ்நாட்டில் சென்னையிலும் கோவையிலும் இந்நிறுவனத்துக்குக் கிளைகள் இருக்கின்றன.

சென்னைக் கிளையின் முகவரி: TiE Chennai, IIT Madras Research Park, Module 1, Ground Floor, Kanagam Road, Taramani, Chennai 600 113, India. Contact Phone: 044-65154900, Website: http://chennai.tie.org/

கோவைக் கிளையின் முகவரி: TiE Coimbatore, Vishala, 51, Kalingarayan Street, Ramnagar, Coimbatore 641009 , India, Contact Phone: 96292-00022 , Website: http://coimbatore.tie.org/

இந்நிறுவனம் பல வகைகளில் தொழில்முனைபவர்களுக்குச் சேவை செய்து வருகிறது. இந்நிறுவனத்தின் நிர்வாகப் பொறுப்பில் இருப்பவர்கள் அனைவரும் தொழில்முனைவதில் அனுபவம் உள்ளவர்கள். அதனால், இளம் தலைமுறையினருக்கு அவர்களால் நன்கு வழி காட்ட முடிகிறது. TiE நிறுவனம் அவ்வப்போது நடத்தும் கருத்தரங்குகள், மாநாடுகள், பயிற்சி வகுப்புகள், அறிவுரையாளர் சேவைகள் போன்றவை, தொழில் தொடங்க இருப்போருக்கு மிகுந்த உதவியாக இருக்கின்றன.

ஆரம்பத்தில் தொழில்நுட்பம் சார்ந்த துறைகளுக்கு என்று இருந்தாலும், இப்போது அனைத்துவகையான தொழில் முனைவோர்களுக்கும் பயன்படும் வகையில் சேவை செய்துவருகிறது.

தொழில்முனைவோருக்கு உதவியாக இருக்கும் மற்றொரு அமைப்பு National Entrepreneurship Network (NEN)

ஆகும். தொழில்முனைவோருக்குப் பயிற்சியும் ஆலோசனையும் இந்த அமைப்பில் கிடைக்கும்.

சென்னையில் இந்நிறுவனத்தின் முகவரி: Vishnu Priya, NEN Consultant, National Entrepreneurship Network, New No.2, 10th Street, Sourashtra Nagar, Choolaimedu, Chennai 600 094, Website: http://www.nenonline.org/, Email: priya@nenglobal.org

தொழில் நுட்பம் சம்பந்தப்பட்ட துறையில் பிசினஸ் செய்ய நினைப்பவர்களுக்கு http://www.proto.in என்கிற இணையத்தளமும் உதவியாக இருக்கும்.

துரதிர்ஷ்டவசமாகச் சில வருடங்கள் கழித்துத் தொடர இயலாமல் போனாலும், இந்தத் திட்டம் அவர்களுக்கு எதிர் காலத்தில் எளிதில் வேலை வாய்ப்பு கிடைக்க வழி செய்கிறது.

ஆள் சேர்க்கும் கம்பெனிகளும் தொழில்முனையும் அனுபவத்தை வரவேற்கிறார்கள். கவனியுங்கள். அனுபவம் என்றுதான் கூறியிருக்கிறேன்; வெற்றி என்று கூறவில்லை. தொழில் செய்து தோல்வி அடைந்தவர்களை எதற்கும் லாயக்கில்லாதவர்கள் என்று ஒரு காலத்தில் சமுதாயம் முத்திரை குத்தியதுண்டு. ஆனால் இன்றோ, தோல்வி ஒரு நல்ல ஆசிரியன் என்பதை மக்கள் உணர்ந்திருக்கிறார்கள். நீங்கள் வேறெங்காவது வேலைக்கு விண்ணப்பிக்கும் கட்டாயம் நேர்ந்தால் உங்கள் தொழில் முனையும் அனுபவத்தைத் தைரியமாக உங்கள் ஆளுமைக் குறிப்பில் முன்னிலைப்படுத்துங்கள். உங்களுக்கு வேலை கிடைக்கும் வாய்ப்பை இது பன்மடங்கு அதிகரிக்கும்.

உங்கள் உழைக்கும் காலம் சுமார் 35 வருடங்கள் என்று வைத்துக்கொள்வோம். முதல் ஐந்து வருடங்களில் சந்திக்கும் தோல்விகளிலிருந்து நாம் எளிதில் சுதாரித்துக்கொள்ளலாம். மேலும் அந்த அனுபவம் நம்முடைய பிற்காலத்தை பலப்படுத்துமே தவிர பலவீனப்படுத்தாது.

ஆனால் வயது ஆக ஆக, சம்பாதித்த நற்பெயரையும் அந்தஸ்தை யும் காப்பாற்றிக்கொள்ளவேண்டும் என்கிற சூழ்நிலை வரும்

போது தோல்வியை எதிர்கொள்ளும் மனோதிடம் குறையும். இதனால் பலர் தங்கள் தொழில்முனையும் எண்ணத்தைக் கைவிட்டிருக்கிறார்கள். அனுபவமும் முதிர்ச்சியும் உலக ஞானத்தைத் தரும். ஆனால் பிசினஸ் செய்வதற்குத் தேவை தன்னம்பிக்கை, தைரியம், மற்றும் சாதிக்கவேண்டும் என்கிற 'கொலவெறி'! இளமைக்காலம் என்பது 'படமெடுக்கும் பாம்பை அடிமிதிக்கும் காலம்'. எனவே தைரியமாக, சிங்க நடை போட்டு சிகரத்தில் ஏறுங்கள்.

கட்டடம் கட்டுவதற்கு முதற்படி எது? அஸ்திவாரம் இடுவது. அதற்கும் முன்னால்? கட்டடத்தின் வரைபடத்தை உறுதி செய்வது. அதே மாதிரி தொழில் முனைவதற்கான முதற்படி பிசினஸ் பிளான் ஒன்றைத் தயாரிப்பது. பிசினஸ் பிளான் என்றால் என்ன? அதற்கான தேவை என்ன? அதைப் பற்றி அடுத்த அத்தியாயத்தில் பார்க்கலாம்.

12

அஸ்திவாரம்

தொழில் முனைவர்கள் முதலில் செய்ய வேண்டியது அவர்களின் பிசினஸ் பிளானைத் தயார் செய்வது. செய்யப்போகும் தொழிலின் திட்டப் பாதையை விவரிப்பதே பிசினஸ் பிளானின் குறிக்கோள். பிசினஸ் பிளானில் பல அங்கங்கள் உண்டு. குறிப்பாக, ஃபைனான்சிங் பிளான், மார்க்கெட்டிங் பிளான், சேல்ஸ் பிளான் போன்ற வற்றைச் சொல்லலாம். ஆனால் இவை எல்லா வற்றுக்கும் ஆணிவேறாக இருப்பது, ஆரம்பிக்கப் போகும் தொழிலின் பிசினஸ் மாடல் ஆகும். ஏனெனில் பிசினஸ் மாடலைப் பொருத்தே ஏனைய திட்டங்களும் இருக்கவேண்டும்.

ஆமாம், இந்த பிசினஸ் மாடல் என்றால் என்ன? சுருக்கமாகச் சொல்லப்போனால் தொடங்க இருக்கும் நிறுவனம் தன் வருவாயை எவ்வாறு ஈட்டப்போகிறது, அதற்குண்டான மூலப்பொருள் களை எவ்வாறு பெறப் போகிறது என்பதைத் தெரிவிப்பது இந்த பிசினஸ் மாடல்தான்.

உதாரணம் சொல்லவேண்டும் என்றால், இன்போசிஸின் பிசினஸ் மாடல், அமெரிக்காவில்

இருக்கும் கம்பெனிகளுக்கு இந்தியாவில் இருந்துகொண்டே மென்பொருள் சேவை செய்வதுதான்.

முற்றிலும் புதிய துறையில் நீங்கள் தொழில் தொடங்கவேண்டும் என்றால் உங்களின் பிசினஸ் மாடல் புதியதாக இருக்கும். உங்கள் பிசினஸ் புதியது ஒன்றுமில்லை என்றாலும் போட்டியாளர் களிடமிருந்து உங்கள் பிசினஸ் மாடல் வேறுபட்டு இருக்கலாம். நீங்கள் மளிகைக் கடை வைக்கும் எண்ணம் கொண்டிருக்கிறீர்கள் என்று வைத்துக் கொள்வோம். அதை நீங்கள் சில்லறை முறையில் சாதாரண வாடிக்கையாளர்களுக்குச் சேவை செய்யும் கடையாக வைக்கலாம். அல்லது மற்ற மளிகைக் கடைகளுக்கு சப்ளை செய்யும் மொத்த விற்பனைக் கடையாக வைக்கலாம். ஆனால் இரண்டையும் ஒரே கடையில் செய்வது சாத்திய மில்லாமல் போகலாம். ஏனெனில், இந்த இரு தரப்பட்ட வாடிக்கையாளர்களுக்கான தேவைகளும் வேறுவேறு. ஆக சில்லறை வர்த்தகமா, மொத்த விற்பனையா என்ற தேர்வு இருக்கிறது அல்லவா, இதைத்தான் பிசினஸ் மாடல் என்று சொல்கிறோம்.

உங்கள் பிசினஸ் நிலைத்து நிற்கவேண்டுமானால் உங்கள் பிசினஸ் மாடலும் காலத்துக்கேற்ப மாறவேண்டும். திரைப்படத் துறையில் இதை நாம் நன்கு காணலாம். திரைப்படத் துறையில் பத்துப் பதினைந்து வருடங்களுக்கு முன்பு இருந்த பிசினஸ் மாடல் வேறு. இன்றிருக்கும் பிசினஸ் மாடல் வேறு. இதற்குப் பலவேறு காரணங்கள் உள்ளன. சிடிமூலம் திரைப்படங்கள் பார்க்கும் வசதி, இணையத்தளம் மூலம் டிக்கெட் வாங்கும் வசதி, இணையம் மூலமாகவே படம் பார்க்கும் வசதி, பல திரைகளைக் கொண்ட மல்டிப்ளெக்ஸ் திரையரங்குகளின் பெருக்கம், டி.டி.எச் வழியாக, வேண்டிய படத்தை விலைக்கு வாங்கி வீட்டிலேயே பார்க்கும் வசதி போன்றவற்றைச் சொல்லலாம்.

1994-ம் ஆண்டில் நடந்தது எனக்கு இப்போது நினைவுக்கு வருகிறது. அவ்வருடம் ஆகஸ்ட் மாதம், என் முதல் வேலையில் சேருவதற்காக நான் பூனாவுக்குச் சென்றிருந்தேன். அச்சமயம் மிகவும் பிரபலமான 'ஹம் ஆப்கே ஹைன் கௌன்' என்ற ஹிந்திப் படம் வெளியான நேரம். பூனாவில் மங்களம் தியேட்டரில் ஓடிக்கொண்டிருந்த இந்தப் படத்தை பார்பதற்காக நாங்கள் சென்றிருந்தோம். படம் வந்து சில நாட்களே

ஆகியிருந்ததால் ஹவுஸ்ஃபுல் பலகைதான் எங்களை வரவேற்றது. சரி, இன்னொரு நாள் வருவோம் என்று திரும்பிச் சென்றுவிட்டோம். ஆனால் அதன் பின்னர் அலுவலகப் பணி அதிகமாகியதால் எங்களால் மீண்டும் 1995-ம் ஆண்டு ஜூன் மாதம்தான் படம் பார்க்கத் திரும்பி வர முடிந்தது. நாங்கள் சென்ற தினம் ஞாயிற்றுக்கிழமை ஆனதால் அப்போதும் ஹவுஸ்ஃபுல் பலகையைத்தான் எங்களால் பார்க்க முடிந்தது.

இன்றைய தலைமுறையினர், ஒரு படம் அதே திரையரங்கில் இத்தனை நாட்கள் ஓடியதா என்று ஆச்சரியப்படலாம். இனி அப்படி நடக்குமா என்பதும் சந்தேகம்தான். ஏன்? பல காரணங்களைச் சொல்லலாம். ஒரு காலத்தில் பொழுதுபோக்கு என்றால் சினிமா மட்டும்தான் என்று இருந்தது. ஆனால் இன்றோ, பலவித பொழுதுபோக்கு அம்சங்கள் பெருகியுள்ளன. கேபிள் டிவி, ஐ.பி.எல் கிரிக்கெட் போட்டிகள், சின்னத்திரை நாடகங்கள், ரியாலிட்டி ஷோக்கள் என்று பலவற்றை அடுக்கிக்கொண்டே போகலாம். ஒன்று இல்லாவிட்டால் இன்னொன்று என்கிற நிலைமை உருவாகியுள்ளது.

சினிமா பார்க்க வரும் நேயர்கள் ஒரு படத்துக்கு டிக்கெட் கிடைக்காவிட்டால் இன்னொரு படம் பார்த்துவிட்டுச் சென்று விடுவார்கள். மறுபடியும் திரும்ப வரலாம் என்று நினைப்ப வர்கள் மிகவும் குறைவான சதவிகிதம் பேர்தான். அதனால் படத் தயாரிப்பாளர்கள் படம் பார்க்க விரும்புபவர்கள் அனைவரும் அதைப் பார்க்க முடியுமாறு நிறைய பிரிண்ட்கள் எடுத்து, படத்தை நிறைய திரையரங்குகளில் வெளியிடுகிறார்கள். சொல்லப் போனால் மல்டிப்ளெக்ஸ் திரையரங்குகளில் புதிதாக வெளியாகும் படங்கள் ஒரே நாளில் பதினைந்து முறைகூடத் திரையிடப்படுகிறது. முன்பெல்லாம் ஒரு நாளைக்கு மூன்று காட்சிகள் என்று 100 காட்சிகள் திரையிடுவதற்குச் சுமார் மூன்று மாதங்கள் ஆகும்.

ஆனால் இன்றோ ஒரு நாளைக்கு 15 காட்சிகள் என்றால், 100 காட்சிகளை ஏழே நாட்களில் காண்பித்து விடலாம். மூன்று மாதங்கள் எங்கே, ஒரு வாரம் எங்கே! காண்பிக்கப்படும் மொத்தக் காட்சிகள் வேறுபடவில்லை என்றாலும், அதைக் குறுகிய காலத்தில் காண்பித்துவிடுகிறார்கள். இது திரைப்படத்துறையின் பிசினஸ் மாடலில் ஏற்பட்டுள்ள மிகப் பெரிய மாற்றம். இவ்வாறு புதுமையான பிசினஸ் மாடல்கள் பலவற்றை நாம்

சொல்லலாம். உதாரணமாக கைப்பேசியில் ப்ரீ-பெய்டு இணைப்பு வசதி, சாஷே வடிவில் ஷாம்பூ, ஊறுகாய், தலை எண்ணெய் விற்பனை செய்வது, டாக்ஸி தேடி நாம் வெளியில் செல்லும் அவசியம் இல்லாமல் நம் வீட்டைத் தேடி வரும் கால் டாக்ஸிச் சேவை. இவை எல்லாமே கடந்த பத்துப் பதினைந்து ஆண்டுகளில் வந்த பிசினஸ் மாடல் புதுமைகள்தானே!

மெர்கல் ஹாப்டிக்ஸ் என்கிற நிறுவனத்தைப் பற்றி உங்களுக்குச் சொல்ல விரும்புகிறேன். இந்த நிறுவனம் தொடு அறிவியல் சம்பந்தப்பட்ட தொழில்நுட்பத்தைப் பயன்படுத்திப் பல்வேறு பொருள்களை வடிவமைத்து, அது சார்ந்த சேவையையும் அளிப்பதைக் குறிக்கோளாகக் கொண்டுள்ளது. இந்நிறுவனத்தைத் தொடங்கியவர்கள் வருண் துரை, கனகப்ரியா என்கிற இரு இளம் தொழில்முனைவர்கள்.

வருண் துரை திருநெல்வேலி மாவட்டத்தைச் சேர்ந்தவர். தன் பொறியியல் பட்டப் படிப்பைக் காஞ்சிபுரத்தில் முடித்தார். பின்னர் சில அனிமேஷன் கம்பெனிகளில் சில மாதங்கள் வேலை செய்தபிறகு கனகப்ரியாவுடன் கூட்டுசேர்ந்து மெர்கல் ஹாப்டிக்ஸ் நிறுவனத்தைத் தொடங்கினார். கனகப்ரியா பெங்களூரில் தன் பொறியியில் பட்டப்படிப்பை முடித்தவர். பின்னர் முதுநிலைப் பட்டத்தை அமெரிக்காவில் பெற்றார். அங்கு சில நாட்கள் வேலை செய்தபிறகு இந்தியாவுக்கு ஆராய்ச்சிப் படிப்புக்காகத் திரும்பி வந்தார். தொடு அறிவியல் சம்பந்தப்பட்ட துறையில் ஆராய்ச்சி செய்துவந்தபோது அவருக்கு அதைச் சார்ந்த தொழில் செய்யும் எண்ணம் வந்தது. வருண் துரைக்கும் அத்தகைய எண்ணம் இருந்ததால் இருவரும் கூட்டு சேர்ந்து இந்நிறுவனத்தைத் தொடங்கினார்கள்.

அவர்கள் செய்ய நினைத்த தொழிலின் சாரம் இதுதான். இந்தியாவில் இன்று தினசரி வாழ்க்கைமுறை மாறுதலால் பலருக்கும் மாரடைப்பு நோய் ஏற்படுகிறது. மாரடைப்பு என்பது சொல்லிக்கொண்டு வருவதில்லை. அப்படி வந்தவர்களை உடனடியாக மருத்துவமனைக்குக் கொண்டுசெல்ல வேண்டும். ஆனால் அப்படிக் கொண்டுசெல்லும் நேரத்தில் முதலுதவியும் செய்யவேண்டும். மாரடைப்பு வந்து இதயம் ஸ்தம்பித்த அந்த விநாடிகளை 'கோல்டன் பீரியட்' என்று மருத்துவர்கள் கூறுவார்கள். எவ்வளவு சீக்கிரம் அவர்களுக்கு முதலுதவி கிடைக்கிறதோ அவ்வளவுக்கு அவ்வளவு அவர்கள் பூரண

கேள்வி: நான் சேலத்தில் மளிகைக் கடை வைத்திருக்கிறேன். எனக்கு டிபார்ட்மென்டல் ஸ்டோர் வைக்கணும் என்று ஆசை. அதற்கு ஏதேனும் படிப்பு இருக்கிறதா என்று விளக்கம் சொல்லுங்கள்.

பதில்:

அன்பு வாசகருக்கு,

இந்தியாவில் சில்லறை வர்த்தகத்துக்கு எதிர்காலத்தில் நல்ல வளர்ச்சி இருக்கும் என்று எதிர்பார்க்கப்படுகிறது. மளிகைக் கடையிலிருந்து டிபார்ட்மெண்டல் ஸ்டோராக வளர நினைக்கும் உங்கள் முயற்சி வெற்றி பெற வாழ்த்துகிறேன். டிபார்ட் மெண்டல் ஸ்டோர் நடத்துவதற்கு ரீடெய்ல் மேனேஜ்மெண்ட் பற்றிய படிப்பு உதவிகரமாக இருக்கும். இதற்கு இரண்டு வழிகள் உள்ளன. ஒன்று, பொதுவான எம்.பி.ஏ பட்டப் படிப்பில் ரீடெய்ல் சம்பந்தப்பட்ட பாடங்களைத் தேர்வு செய்து அத்துறையில் சிறப்புப் பயிற்சி பெறலாம்.

இரண்டாவது, ரீடெய்ல் துறைக்காகவே தனியாக எம்.பி.ஏ படிப்பும் சில கல்லூரிகளில் அளிக்கப்படுகிறது. உதாரணமாக மும்பையில் உள்ள NMIMS கல்லூரியில் ரீடெய்ல் மேனேஜ் மெண்ட் துறையில் இரண்டு வருடப் படிப்பு நடத்துகிறார்கள். மேலும் விவரங்களை http://university.nmims.edu/fulltime.mba.retailmanagement/ என்ற இணையத்தளத்தில் அறிந்துகொள்ளலாம்.

தமிழ்நாட்டிலும் பல பல்கலைக்கழகங்களில் ரீடெய்ல் மேனேஜ்மெண்ட் பற்றிய பட்டம் அல்லது பட்டயப் படிப்புகள் இருக்கின்றன. மதுரை காமராஜ் பல்கலைகழகத்தில் அஞ்சல் வழியில் ஒரு வருடப் பட்டய படிப்பு உள்ளது. தமிழ்நாடு திறந்த வெளிப் பல்கலைகழகத்தில் இத்துறையில் கல்வி பயிலும் வசதி இருக்கிறது. கோவை பாரதியார் பல்கலைக்கழகத்தில் மூன்று வருட BBM பட்டப்படிப்பு அஞ்சல் வழியில் கற்பிக்கப்படுகிறது. இன்னும் இதுபோன்று இத்துறையில் பாடப் பயிற்சி அளிக்கும் கல்லூரிகள் பல பற்றி இணையத்தளத்தில் அறிந்துகொள்ளலாம். கீழ்க்கண்ட முகவரியில் தேடினால் விரிவான தகவல் கிடைக்கும்: http://management.shiksha.com/

நீங்கள் டிபார்ட்மெண்டல் ஸ்டோரை ஃபிராஞ்சைஸ் முறையில் தொடங்க விரும்பினால் உங்களுக்கு ஃபிராஞ்சைஸ் அளிக்க முன்வரும் நிறுவனமே உங்களுக்குத் தக்க நடைமுறைப் பயிற்சியை அளிக்கலாம். உங்களுக்கு ஏற்கெனவே மளிகைக் கடை நடத்தும் அனுபவம் இருப்பதால் ரீடெய்ல் மேனேஜ்மெண்ட் துறையில் உங்களுக்குக் குறுகிய கால நடைமுறை சார்ந்த படிப்பே போதுமானதாக இருக்கலாம்.

குணம் அடையும் வாய்ப்புகள் அதிகரிக்கும். ஆனால் இன்று பலருக்கும் எப்படி இத்தகைய முதலுதவியைச் செய்வது என்று தெரிவதில்லை. பக்கத்தில் இருப்பவருக்கோ அல்லது வீட்டில் இருப்பவருக்கோ மாரடைப்பு ஏற்பட்டால் அனைவரும் பதட்டப்படுகிறார்கள். ஆனால் அவர்களுக்கு முதலுதவிப் பயிற்சி இருந்தால் தக்க மருத்துவ உதவி வரும்வரை நோயாளிக்கு உதவிகரமாக இருக்க முடியும்.

இதை மனத்தில் வைத்து, தொடு அறிவியல் தொழில் நுட்பத்தைப் பயன்படுத்தி, மாரடைப்பு ஏற்படும்போது CPR முதலுதவிப் பயிற்சி அளிக்கும் ஒரு சாதனத்தை வருணும் கனகப்ரியாவும் உருவாக்கி யுள்ளனர். தொழில்நுட்பத்தில் அவர்கள் நிபுணத்துவம் பெற்றிருந்தாலும், எத்தகைய பிசினஸ் மாடல் சரியானதாக இருக்கும் என்பதை அவர்களால் எளிதில் நிர்மாணிக்க முடியவில்லை. அவர்களை எதிர்கொண்டிருக்கும் இந்தப் பிரச்னையை அடுத்த அத்தியாயத்தில் தொடருவோம்.

13

பிசினஸ் மாடல்

நெருங்கிய நண்பர்கள் இருவர். நடுத்தர வருடங்களைத் தாண்டிய வயது. தினமும் மாலையில் அலுவலகம் முடிந்து வீட்டுக்கு வரும் முன் ஒருவரை ஒருவர் சந்தித்துச் சிறிது நேரம் பேசிவிட்டு வருவது வழக்கம்.

அன்றும் அப்படித்தான். அலுவலகம் முடிந்து வரும் வழியில் தன் நண்பர் வீட்டுக்குச் சென்றிருக்கிறார். 'என்னன்னு தெரியில, இன்னிக்குக் கொஞ்சம் அசதியாக இருக்கு. கொஞ்சம் தண்ணி கொடேன்' என்று கேட்டிருக்கிறார். கொடுத்த தண்ணீரைக் குடித்துக் கொண்டிருக்கும்போதே நாற்காலியிலிருந்து சரிந்து விழுந்தார். பதறிப் போன அவரது நண்பர் உடனேயே மருத்துவருக்கு போன் செய்திருக்கிறார். சற்று நேரத்தில் வந்த மருத்துவர் பரிசோதனை செய்து விட்டு, 'உயிர் பிரிந்து விட்டது, மன்னிக்கவும், என்னால் இனி ஒன்றும் செய்ய இயலாது' என்று கையை விரித்துவிட்டார். மிகவும் கடுமையான மாரடைப்பினால் உயிர் பிரிவு ஏற்பட்டதாகவும் தெரிவித்தார்.

சித்திரிக்கிறேன் என்று நினைக்கவேண்டாம். இது என் வாழ்க்கையில் நடந்த உண்மைச் சம்பவம். உங்களில் பலர் இத்தகைய நிகழ்ச்சிகளைக் கேட்டிருக்கலாம், அனுபவப் பட்டும் இருக்கலாம். மருத்துவ உதவி வரும்வரை மாரடைப்பு ஏற்பட்டவருக்கு உங்களால் ஏதாவது உதவி செய்ய முடியுமா?

மாரடைப்பு ஏற்பட்டவர்களுக்கு, தக்க மருத்துவ உதவி வரும்வரை அவசரகாலச் செயல்முறையாகப் பரிந்துரைக்கப் படுவது மீள் உயிர்ப்பு சுவாசம் எனப்படும் Cardiopulmonary resuscitation, அதாவது CPR எனப்படும் செயல்முறை ஆகும். சில திரைப்படங்களில் இதனை நீங்கள் பார்த்திருக்கலாம். ரஜினிகாந்த் நடித்த 'சிவாஜி' திரைப்படத்தில் கட்டடப் பணி புரியும் சிறுவன் ஒருவன் மின்னதிர்ச்சி ஏற்பட்டுத் தூக்கி எறியப்பட்டிருப்பான். அந்த அதிர்ச்சியில் அவனுடைய இதயம் ஸ்தம்பித்துப் போய்விடும். மருத்துவர் ரகுவரன் அந்தச் சிறுவனின் நெஞ்சை அழுத்தி உயிர்த்தெழச் செய்யும் காட்சி உங்கள் நினைவுக்கு வரலாம்.

இதுவும் CPR செயல் முறையைச் சேர்ந்ததுதான். மன அழுத்தம், துரித உணவு, வாழ்க்கைமுறை மாற்றங்கள் போன்ற பல காரணங்களால் இன்று மாரடைப்பு பலரையும் பாதிக்கின்றது. அதே சமயம் மருத்துவத் துறையில் ஏற்பட்டுள்ள முன்னேற்றங் களால் பலரும் நோயிலிருந்து வெற்றிகரமாகக் குணமடைந்து வருகின்றனர். ஆனால், மாரடைப்பு ஏற்பட்ட பிறகு இருக்கும் நிமிடங்கள்தான் மிக முக்கியமான நேரம். அருகில் இருப்பவர் அந்த நேரத்தில் முறையாக CPR செய்தால், உயிர் பிழைப்ப தற்கான வாய்ப்பு பலமுறை அதிகரிக்கும். சமுதாயத்தில் உள்ள அனைவரும் இத்தகைய CPR பயிற்சி பெற்றிருந்தால் மாரடைப்பு மூலம் இறப்போர் பலரைக் காப்பாற்ற முடியும்.

இப்படித்தான் நினைத்தார்கள் வருண் துரையும் கனகப்ரியாவும். தொடு அறிவியல் தொழில் நுட்பத்தை பயன்படுத்தி ஒரு மனித பொம்மையை அவர்கள் உருவாக்கினர். ஜவுளிக் கடையின் வாயில்களில் இத்தகைய நிஜ அளவிலான உருவங்களை நீங்கள் பார்த்திருப்பீர்கள். அதேபோன்ற ஒரு நிஜ உருவ பொம்மைதான் இவ்விருவர் உருவாக்கியதும். அந்தப் பொம்மை மூலம் அனைவரும் CPR செய்வது எப்படி என்பதை அறிந்து கொள்ளலாம். ஒரு உண்மையான மனிதருக்கு CPR செய்வது எப்படி இருக்கும் என்கிற அனுபவத்தை ஒருவர் தத்ரூபமாக

அந்தப் பொம்மையின்மேல் பயிற்சி செய்வதின்மூலம் பெற முடியும்.

விமானம் ஓட்டும் பயிற்சி பெறுபவர்கள் நிஜ விமானத்தை ஓட்டுவதற்குமுன் சிமுலேட்டர்மூலம் பயிற்சி பெறுகிறார்கள் அல்லவா? அதே மாதிரிதான் மெர்கல் ஹாப்டிக்ஸ் தயாரித்திருக்கும் பொம்மையும். நிஜமாகவே ஒருவருக்கு CPR செய்யும் அனுபவத்தை இது தருகின்றது. CPR செய்வதில் முக்கியமாக அறிந்துகொள்ளவேண்டியது என்னென்ன? நெஞ்சை எப்படி அழுத்துவது? எவ்வளவு அழுத்தம் கொடுப்பது? எவ்வளவு தூரம் அழுத்துவது? ஒரு குறிப்பிட்ட நிமிடத்தில் எத்தனை முறை அழுத்தவேண்டும்? இத்தகைய பயிற்சியை நேரடியாக ஒருவர் மீது மேற்கொண்டால்தான் எவ்வளவு அசௌகரியமாக இருக்கும் என்பதை உங்களால் கற்பனை செய்து பார்க்க முடியும். அதனால்தான் வருணும் கனகப்பிரியாவும் அவர்கள் தயாரித்திருக்கும் இந்த பொம்மை மிகுந்த பயனுள்ளதாக இருக்கும் என்று நம்பினார்கள்.

இன்று அம்மாதிரி ஓர் உருவம் இல்லையா இன்று நீங்கள் கேட்கலாம். இருக்கிறது. ஆனால் அது மேல் நாடுகளிலிருந்து இறக்குமதி செய்யப்படுகிறது. அவற்றின் விலையும் அதிகம். நம் நாட்டிலேயே வடிவமைத்திருப்பதால் மெர்கல் ஹாப்டிக்ஸ் தயாரித்திருக்கும் உருவத்தை மிகவும் மலிவான விலையில் உருவாக்க முடியும். அது மட்டுமின்றி மெர்கல் ஹாப்டிக்ஸின் தொழில்நுட்பம் மிகவும் உயர்ந்ததாகவும் கருதப்படுகிறது.

அதனால் இந்தத் தொழில்நுட்பத்தை ஆதாரமாக வைத்து சமுதாயத்துக்கு உகந்த, லாபகரமான நிறுவனத்தை உருவாக்க முடியும் என இருவரும் நம்பினார்கள். தற்போதுள்ள விலை உயர்ந்த CPR பயிற்சிகள் பொதுமக்கள் பலரையும் சென்றடைவதில்லை. ஆனால் இந்தப் புதிய உருவத்தின்மூலம் மலிவாக CPR பயிற்சி தர முடியும் என்பதினால், அதற்கு நல்ல வரவேற்பு இருக்கும் என்று அவர்கள் உணர்ந்தார்கள்.

ஆனால், இத்தகைய நிறுவனத்தின் பிசினஸ் மாடல் என்னவாக இருக்கலாம் என்பதை அவர்கள் யோசித்தனர். இரண்டு வழிகள் இருப்பது அவர்களுக்குப் புரிந்தது. ஒவ்வொன்றுக்கும் அதற்கான குறைகளும் நிறைகளும் இருந்தன. உருவங்களை அவர்களே தயாரித்து, பயிற்சியாளர்களை நியமித்து, பலருக்கும்

கேள்வி: என்னால் தொழிலில் ஒழுங்காக கான்சென்ட்ரேட் பண்ண முடியவில்லை. தொழிலில் ஆட்களை சரியாக மேனேஜ் பண்ண முடியவில்லை. எனக்கு ஏதாவது ஒரு வழி சொல்லுங்கள்.

பதில்: தொழில் செய்வதில் உள்ள கஷ்டங்களை உங்கள் அனுபவம் நன்கு பிரதிபலிக்கிறது. எந்தவொரு பிரச்னைக்கும் பிறரிடம் மனம்விட்டுப் பேசினால் கண்டிப்பாக ஏதாவது ஒரு வழி பிறக்கும். அதையேதான் நான் உங்களுக்கும் பரிந்துரை செய்வேன். ஆனால், ஒரு நிர்வாகத்தின் தலைவர், அறியாதவர் ஒருவரிடம் வெளிப்படையாக உரையாடுவதும் தொழிலின் பிரச்னைகளை எடுத்துரைப்பதும் சற்றுக் கடினமாக இருக்கலாம். அதனால், உங்கள் நம்பிக்கைக்குப் பாத்திரமானவர் ஒருவரை நீங்கள் தேர்வு செய்யவேண்டும். அப்படி நீங்கள் தேர்வு செய்தவருக்கு, உங்கள் நிர்வாகத்தின் நெளிவு சுளிவுகளை எளிதில் புரிந்துகொள்ளும் சாமர்த்தியம் இருக்கவேண்டும்.

இப்போது, தலைமை நிர்வாக அதிகாரிகளுக்காகவே சில பயிற்சியாளர்கள் (CEO Coach / Mentor) இருக்கிறார்கள். அவர்களிடம் நான்கைந்து மாதங்களுக்கு ஒரு முறை சென்று கவுன்சலிங் அல்லது கருத்துப் பரிமாற்றம் செய்துகொள்வது உங்களுக்கு உற்சாகத்தைத் தரும். உங்கள் பிரச்னைகளுக்குப் புது வழிகளைக் காட்டும்.

இவ்வாறு அறிவுரையாளர்களைக் கண்டுபிடிப்பது அவ்வளவு எளிதல்ல. உங்களுக்கு அத்தகைய சிரமங்கள் இருந்தால் நீங்கள் ஏதேனும் தொழில்முனைபவர்கள் சங்கங்களில் சேரலாம் (பார்க்க: அத்தியாயம் 11). அங்கு உங்களைப் போன்ற பல நிர்வாகத் தலைவர்களை நீங்கள் சந்திக்கலாம். உங்களுக்கு நேர் போட்டியாளராக இல்லாதவர்களிடம் பரஸ்பரம் கலந்துரையாடி னாலும் உங்கள் உற்சாகம் அதிகரிக்கும்.

இதுவும் வேலை செய்யவில்லையா? மேலாண்மைக் கல்லூரி களில் பேராசிரியர்களாக இருப்பவர்களை நீங்கள் அணுகலாம். உங்களுக்கு ஒரு நடுநிலையான ஆலோசகராக இருக்குமாறு அவர்களை நீங்கள் வேண்டிக்கொள்ளலாம். கல்வித் துறையில் இருக்கும் பெரும்பாலானோருக்கும் உங்களுக்கும் conflict of interest அவ்வளவாக இருக்காது. ஆகையால் உங்களுக்கு ஒரு நல்ல சவுண்டிங் போர்டாக அவர்களால் இருக்க முடியும்.

பயிற்சி அளிப்பது ஒரு வழி. இதில் முதலீடு அதிகம் தேவைப்படும். பல ஊழியர்களை நியமித்து அவர்களை நிர்வகிக்க வேண்டும். இரண்டாவது வழி, உருவாக்கத்துக்கான தொழில்நுட்ப உரிமத்தைக் குறிப்பிட்ட உற்பத்தியாளர்களுக்குக் கொடுப்பது. இம்முறையில் விற்பனைக்கு ஏற்ப ராயல்ட்டி வருவாய் கிடைக்கும். இந்த பிசினஸ் மாடலில் ஆரம்ப முதலீடு அவ்வளவாகத் தேவைப்படாது. ஆனால் உரிமம் பெறும் நிறுவனம் தொழில்நுட்பத்தை அபகரித்துக்கொள்ளும் வாய்ப்பு இருக்கிறது. நுகர்வோரிடம் நேரடித் தொடர்பும் அவ்வளவு இறுக்கமாக இருக்காது.

இந்த இரண்டு பிசினஸ் மாடல்களில் இது சரி, இது தவறு என்று ஏதும் இல்லை. சூழ்நிலை, தொழில்முனைபவர்களின் முதலீடு செய்யும் திறன், மேலாண்மை அனுபவம் ஆகிய காரணிகளைப் பொருத்தே அது அமையும். ஆனால் ஒன்று மட்டும் நிச்சயம். பிசினஸ் மாடல் என்பதைத் தீர யோசித்து, அலசி ஆராய்ந்த பிறகே முடிவு செய்யவேண்டும். இல்லையேல் நிறையப் பணத்தை விரயமாக்க நேரிடும். 'யானை அசைந்து தின்னும், வீடு அசையாம தின்னும்' என்று சொல்வார்கள். ஆனால் பிசினஸ் எப்படித் தின்னும் என்றே சொல்ல முடியாது. தவறான பிசினஸ் மாடலால் கண்ணிமைக்கும் நேரத்தில் அனைத்தையும் இழக்க நேரிடலாம். ஆக, தொழில் தொடங்கவிருக்கும் நிலையில் தொழில்முனைவர்கள் சற்று எச்சரிக்கையாகவும் கவனமாகவும் இருந்தல் நல்லது.

குறும்புக்கார மாணவன் ஒருவன் தன் பேராசிரியரிடம் கேட்டானாம்: 'எனக்கு ஃபேஷன் மாடல் தெரியும் சார், அதென்ன பிசினஸ் மாடல்? இரண்டுக்கும் என்ன வித்தியாசம்?'

சற்றும் சளைக்காத பேராசிரியர் கூறினாராம்: 'ஃபேஷனை பிசினஸாகக் கருதுவோர் ஃபேஷன் மாடல்ஸ். ஃபேஷனுக்கு ஏற்ப பிசினஸ் செய்வதுதான் பிசினஸ் மாடல்.'

14

உத்வேகம்

‘ஏங்க, இதுல எது நல்லா இருக்கும்?’

பளபளவென்று மின்னிய இரண்டு அட்டிகைகளில் எதை வாங்குவது என்று தெரியாத குழப்பத்தில் இருந்தார் அந்த இளம்பெண்.

‘உங்களுக்கு இரண்டுமே கச்சிதமாப் பொருந்து துங்க. ஒன்னு கூடுதலாத்தான் வாங்கிக் கொடுங் களேன் சார்!’ என்று அருகில் நின்றுகொண்டிருந்த கணவரை உசுப்பேற்றிக்கொண்டிருந்தார் விற்பனை யாளர்.

‘இதப் பாரப்பா, நீ வேற.கொஞ்சம் சும்மா இருக்க முடியாதா. உன் கடையில நாங்க இன்னிக்கு வாங்கனுமா, வேணாமா?’ என்றார் அவர் பதிலுக்கு.

‘நீங்க பொறுமையாக இன்னொரு தடவை போட்டுப் பாருங்க மேடம், அவசரம் வேண்டாம்’ என்று முகம் பார்க்கும் கண்ணாடியை அவர் அருகே சற்று நகர்த்தி வைத்தார் விற்பனையாளர்.

நகைக் கடைகளில் தினசரி நடக்கும் நிகழ்ச்சி இது. அங்கிருந்து அப்படியே ஓர் ஆயத்த ஆடைக் கடைக்குச் செல்வோம்.

'துணி மாற்றும் அறை இருக்கா?'

'அதோ அங்கே இருக்கு மேடம். அளவு, ஃபிட்டிங் எல்லாம் கரெக்டா இருக்கான்னு போட்டுப் பாருங்க.'

அப்படியே ஒரு சேலைக் கடைக்குச் செல்வோம்.

'இந்தப் புடைவையைப் பிரிச்சிக் கொஞ்சம் காமிங்கக்கா.'

காட்டிய சேலையைப் பிரித்துக் காண்பித்தார் அந்த விற்பனைப் பெண்.

'முந்தானையை கொஞ்சம் மடிச்சி வெச்சித் தர முடியுமா?'

'இதோம்மா.'

நல்ல பழக்கப்பட்ட முறையில் லாகவமாக மடித்து அந்தப் பெண்ணின் தோளின்மீது போட்டுக் காட்டினார் அவர். அந்தப் பெண்ணும் அருகில் இருந்த முழு நீளக் கண்ணாடியில் தன்னைத் தானே பார்த்துக் கொண்டார். சேலை வாங்கும் கடையில் நடக்கும் தினசரி நிகழ்ச்சி இது.

இப்படி நாம் வாங்கும் எந்த ஆடை ஆபரணப் பொருளையும் அதை வாங்கும்முன் அது நம் உடல் அமைப்புக்குச் சரியாகப் பொருந்துமா என்று பார்த்தபிறகே வாங்குகிறோம்.

அதே மாதிரி நாம் சிகை மற்றும் முக அலங்காரம் செய்து கொள்ளும்போதுகூட அது நமக்குச் சரியாக இருக்குமா என்று தெரிந்தால் எவ்வளவு நன்றாக இருக்கும்? அப்படி ஒரு பயன் பாட்டை உங்களால் உருவாக்க முடியுமா என்ற கேள்வி எழுப்பப் பட்டபோது அதை ஒரு சவாலாக ஏற்று, 'ஏன் முடியாது?' என்று நினைத்து வெற்றி கண்டவர்தான் வாசன் சௌரிராஜா. இன்று மென்பொருள் மற்றும் தகவல் தொழில் நுட்பத்தைப் பயன்படுத்தி ஒரு மெய்நிகர் மேக்-அப் பயன்பாட்டை (Virtual Make-up Application) உருவாக்கி இருக்கிறார்.

ஆமாம், நீங்களே நினைத்துப் பாருங்களேன். அழகுத் துறை இன்று பன்மடங்கு வளர்ந்துள்ளது. 'ஆள் பாதி, ஆடை பாதி'

என்றது அந்தக் காலம். ஆனால் இன்றோ, 'ஆள் கால் பங்கு, ஆடை கால் பங்கு, ஆபரணம் கால் பங்கு, அலங்காரம் கால் பங்கு' என்கிற நிலைமை உருவாகியுள்ளது. அம்மாவும் பொண்ணுமாக பியூட்டி பார்லருக்குச் சென்று சகோதரிகளாக வெளியில் வந்த துணுக்கை நாம் அனைவரும் ரசித்ததில்லையா?

திருமணம் மற்றும் இதர விசேஷங்களின்போது இன்று பியூட்டி பார்லருக்குச் சென்று மேக்-அப் செய்துகொள்வது என்பது அத்தியாவசியம் ஆகிவிட்டது. சிற்றூர்களிலும் கிராமங்களிலும் உள்ள மகளிர் சுய உதவிக் குழுக்கள் பல இத்தகைய அழகுக் கலை நிலையங்களை இன்று நடத்தி வருகின்றன.

பியூட்டி பார்லருக்குச் சென்று உங்களுக்குத் தேவையான மேக்-அப் தேர்வு செய்யும் நீங்கள் அது உங்களுக்கு பொருந்துமா என்று கற்பனை செய்துதான் பார்க்கவேண்டும். உதாரணமாக, கண் இமைக்குப் போடும் லைனர் கரு நீலத்தில் இருந்தால் நன்றாக இருக்குமா அல்லது மயிலிறகு நிறத்தில் இருந்தால் நன்றாக இருக்குமா என்பதை உங்களால் துல்லியமாகக் கணிக்க முடியாது. அட்டையில் பார்த்து நீங்கள் தேர்ந்தெடுத்த மேக்-அப் அசலில் உங்களுக்குப் பொருந்தவில்லை என்றால் நீங்கள் மிகவும் அதிருப்தி அடைவீர்கள்.

மேக்-அப் செய்வதற்கு சுமார் நான்கைந்து மணி நேரமாவது ஆகும் என்பதால், உங்களுக்குத் திருப்தி இல்லையெனில் போட்ட மேக்-அப்பைக் கலைத்துவிட்டு மீண்டும் செய்வது என்பது கிட்டத்தட்ட முடியாத காரியம். வாசன் உருவாக்கியுள்ள பயன்பாடு இத்தகைய சூழ்நிலையைத் தவிர்ப்பதற்கு மிகுந்த உதவி புரியும். நீங்கள் விரும்பும் மேக்-அப்பைச் செய்து கொண்டால் அதில் நீங்கள் எப்படித் தோன்றுவீர்கள் என்பதை மேக்-அப் செய்ய ஆரம்பிக்கும் முன்னரே நீங்கள் பார்க்க முடியும். எந்த வகையில் மேக்-அப் செய்தால் உங்களுக்குப் பொருத்தமாக இருக்கும் என்று பல்வேறு ஸ்டைல் மாதிரிகளை உங்கள் உருவப்படத்தில் நீங்கள் பார்த்துக்கொள்ளலாம்.

இந்தத் தொழில் நுட்பத்தை கண்டுபிடித்து, அதை ஆதாரமாக வைத்து VDIME Innovative Works என்னும் கம்பெனியை நிறுவியுள்ள வாசன் சௌரிராஜாவைப் பற்றி ஒரு சில வரிகள். சென்னையில் ஜெருசலேம் பொறியியல் கல்லூரியில் பட்டம் பெற்றவர். படிக்கும்போதே மென்பொருள் தயாரிப்புகள்

ரஜிக்:

நான் ஒரு பயோடெக்னாலஜி ஸ்டார்ட்-அப் கம்பெனிக்காக நிதி திரட்டும் வேலையில் உள்ளேன். அதற்கு அதிக முதலீடு தேவைப்படுவதால் ஏஞ்சல் முதலீட்டாளர்களையும் வென்ச்சர் கேபிடலிஸ்டுகளையும் தேடிக்கொண்டிருக்கிறேன். என்னால் சொந்தமாகப் பணம் எதையும் நிறுவனத்தில் போடமுடியாது. என் அறிவையும் நிர்வாகத் திறனையும் மட்டும்தான் நான் முதலீடு செய்யப்போகிறேன். அப்படியென்றால் புதிய ஸ்டார்ட்-அப் கம்பெனியில் என் பங்கு எவ்வளவு இருக்க வேண்டும் என்று நான் தீர்மானிப்பது? துணிகர முதலீட்டாளர்கள் பலரும், புதிய கம்பெனியில் எனக்கு நல்ல வேலை தருவதாகச் சொல்கிறார்கள், ஆனால் நான் பணம் முதலீடு செய்யப்போவ தில்லை என்பதால் எனக்கு அதிகம் பங்குகளைத் தர மறுக்கிறார்கள். இந்தக் கம்பெனிக்கான ஐடியா முழுவதுமே என்னுடையதுதான். பேடண்ட் கேட்டு விண்ணப்பித்துள்ளேன். நல்ல நிறுவனம் ஒன்றின்மூலம் மார்க்கெட் சர்வே செய்து பார்த்ததில் நாங்கள் தயாரிக்க உள்ள பொருளுக்கு நல்ல சந்தை இருப்பதாகத் தகவல் தெரிகிறது. எனக்கு உங்கள் ஆலோசனையைத் தாருங்கள்.

பதில்:

VC எனப்படும் துணிகர முதலீட்டின்மூலம் நிதி திரட்டும் தொழில்முனைவர்கள் பலரும் சந்திக்கும் நிலைமைதான் இது. பிசினஸ் மதிப்பீடு என்பது ஒவ்வொருவருக்கும் வேறுபடும்.

இயற்கையாகவே, தொழில்முனைபவர்கள் அவர்களுடைய நிறுவனத்தைச் சற்று கூடுதலாகவே மதிப்பிடுவார்கள். அதே சமயம், நிதி நிறுவனத்தார் செய்யும் மதிப்பீடு பொதுவாகவே சற்றுக் குறைவாக இருக்கும். இந்த இரண்டு மதிப்பீடுகளில் இதுதான் சரி, இது தவறு என்று நாம் கூற முடியாது. ஆனால், நடைமுறையில் இரு தரப்பினரும் செய்யும் மதிப்பீடு வித்தியாசப் படும் என்பதை நாம் ஏற்றுக்கொள்ள வேண்டும். இந்த வித்தியாசம் சில நேரம் குறையலாம், சில நேரம் அதிகமாக இருக்கலாமே தவிர, இரண்டும் ஒத்துப்போவது என்பது மிக அரிது.

உங்கள் திட்டத்தையே எடுத்துக்கொள்வோம். நிறுவனம் தொடங்கும்போது நிறுவனத்துக்கு வருவாயும் இல்லை, லாபமும் இல்லை. முதலீடு செய்து சிறிது நாட்கள் கழித்தே தொழில்நுட்பத்தை மெருகேற்றி, அதன்மூலம் தயாரிக்கும் பொருளை விற்பனை செய்து வருவாய் பெற முடியும். அதனால், நீங்கள் உருவாக்கத் திட்டமிட்டிருக்கும் நிறுவனத்தின் மதிப்பு இன்று குறைவாக இருந்தாலும், ஒரு சில வருடங்கள் கழித்துத்தான் நல்ல மதிப்பீடு பெறும்.

ஓர் உதாரணம் சொல்கிறேன். ஐந்து வருடங்கள் கழித்து உங்கள் நிறுவனத்தின் மதிப்பு நூறு கோடி என்று வைத்துக்கொள்வோம். அதன் இன்றைய மதிப்பை, தக்க கழிவு விகிதத்தைப் பயன்படுத்திக் கணக்கிடலாம். ஐம்பது சதவிகிதக் கழிவு விகிதத்தைப் பயன்படுத்தினால், உங்கள் நிறுவனத்தின் இன்றைய மதிப்பு சுமார் பதிமூன்று கோடி வரும். நீங்கள் துணிகர நிதி நிறுவனத்திடமிருந்து ஆறு கோடி பெற்றீர்கள் என்றால், அவர்களுக்குக் கொடுக்கவேண்டிய பங்குரிமை, 6/13 = 46% என்று இருக்கும். இவ்வாறு உங்கள் நிறுவனத்தின் இன்றைய மதிப்பீட்டைக் கணக்கிடுவதின்மூலம், முதலீடு செய்யும் நிறுவனத்துக்கு அவர்கள் செய்யும் முதலீட்டைப் பொருத்து எவ்வளவு பங்கு கொடுக்கவேண்டும் என்பதை உங்களால் அறிய முடியும்.

மற்றும் பயன்பாட்டு வடிவமைப்பில் மிகுந்த ஆர்வம் கொண்டிருந்தார். படிக்கும்போது மூன்றாம் ஆண்டிலிருந்தே பகுதி நேர வேலை செய்ய ஆரம்பித்தார். இளநிலைப் படிப்புக்குப் பிறகு கணினியியலில் முதுகலைப் பட்டமும் பெற்றார். குடும்பத்தில் பிசினஸ் செய்யும் அனுபவம் யாருக்கும் இருந்ததில்லை. அப்பா அரசாங்க நிறுவனம் ஒன்றில் பணியாற்றி வந்தார்.

மென்பொருள் சேவை செய்வதில் இன்று இந்தியா சிறந்து விளங்கினாலும், உலகளவில் தரமான மென்பொருள் தயாரிக்கும் நிறுவனம் என்று இந்தியாவில் வெகு சிலவே உள்ளன. இதை நினைத்து வாசன் அவ்வப்போது ஆதங்கப் பட்டதுண்டு. அவர் அமெரிக்காவில் இருந்தபோது அவருடைய

சக ஊழியர்கள் பலர், இந்திய நிறுவனங்களால் வெற்றிகரமான மென்பொருள் தயாரிப்புகளை உருவாக்குவது கடினம் என்கிற எண்ணம் கொண்டிருந்தனர். அது வாசனை ஆத்திரம் அடைய வைத்தது. எப்படியாவது அனைவரும் மூக்கில் விரல் வைக்கும் படியான ஒரு மென்பொருள் தயாரிப்பைத் தோற்றுவிக்க வேண்டும் என்கிற உத்வேகம் அவருக்குப் பிறந்தது.

அதே நேரத்தில்தான் வாசனிடம் மெய்நிகர் மேக்-அப் பற்றியான கேள்வி எழுப்பப்பட்டது. அதை ஒரு சவாலாக ஏற்று இந்தியா வுக்குப் பெருமை சேர்க்கும் வகையில் ஒரு கம்பெனியைத் தோற்றுவிப்பதற்கு அது சரியான தருணம் என்று அவர் உணர்ந் தார். 2008-ம் ஆண்டில் VDIME நிறுவனத்தை ஆரம்பித்தார். சரி, கம்பெனி தொடங்குவதற்கு எழுச்சியும் உத்வேகமும் தேவை. ஆனால் அது மட்டும் போதாதே. முதலீடு செய்யப் பணமும் வேண்டுமே. தொழில் முனைய நினைப்பவர் பலரையும் இடர வைப்பது இதுதான். நிதி திரட்ட முடியாமல் பலர் தங்கள் கம்பெனி தொடங்கும் கனவைக் கைவிட்டிருக்கிறார்கள்.

‘சரி, உங்களுக்குத் தேவையான முதலீட்டை நீங்கள் எப்படித் திரட்டினீர்கள்?’ என்று நான் வாசனிடம் கேட்டேன்.

அவர் சொன்ன பதில் சுவாரசியமாக இருந்தது.

15

பாய்ச்சலுக்குச் சக்தி

வாசன் தன் பதிலைத் தொடங்குமுன் தான் கொண்டுவந்திருந்த ஒரு கருப்புப் பையைத் திறந்து அதில் கையை விட்டார். என்னடா எடுக்கப் போகிறார் என்று நான் யோசித்துக்கொண்டிருக்கும் போதே பையிலிருந்து ஒரு பளபளக்கும் விருதைப் பெருமிதத்துடன் எடுத்தார். 'இது அண்மையில் எனக்கு தில்லியில் கிடைத்த விருது. நாங்கள் உருவாக்கிய பயன்பாட்டுக்குச் சிறந்த Mobile Enterprise Application என்கிற விருதை இந்திய அரசின் தகவல் தொழில்நுட்பத் துறைச் செயலர் வழங்கினார். 292 கம்பெனிகளில் 5 கம்பெனிகள் ஷார்ட்லிஸ்ட்செய்யப்பட்டு, பின்னர் அதில் முதலாவதாக வந்தபோது இந்த விருது கொடுக்கப் பட்டது' என்றார்.

ஆரம்பக் காலத்தில் இத்தகைய விருதுகள் பெறுவது கம்பெனிக்கு நற்சான்றாகவும் ஊடக விளம்பர மாகவும் ஆவது மட்டுமில்லாமல், தொழில் முனைபவருக்கு ஒரு சிறந்த ஊட்ட மருந்தாகவும் இருக்கும்.

நிறுவனம் தொடங்குவதற்கான பணத்தை எப்படித் திரட்டுவது என்கிற நம் தலைப்புக்குத் திரும்ப வருவோம். மேலோட்டமாக அலசினால் நிதியை இரு வகைகளில் திரட்டலாம். முதலாவது, நிறுவனத்தின் புதிய பங்குகளை உருவாக்கி, அதை விற்று அதன் மூலம் நிதி திரட்டுவது. அவ்வாறு விற்கப்படும் பங்குகளை வாங்குபவர்கள், நிறுவனத்தின் பங்குதாரர்கள் (ஷேர்ஹோல்டர்) ஆகிறார்கள். நிறுவனத்தை ஆரம்பிப்பவருடன் (புரமோட்டர்) சேர்ந்து அவர்கள் வாங்கிய பங்குகளின் விகிதத்துக்கு ஏற்ப இந்தப் பங்குதாரர்கள் நிறுவனத்தின் சக உரிமையாளர்கள் ஆகிறார்கள்.

இரண்டாவது, வங்கிகள், நிதி நிறுவனங்கள் மற்றும் தனி நபர்களிடமிருந்து கடனாகப் பெறுவது. அவ்வாறு கடனாகப் பெறும் தொகைக்கு அவ்வப்போது வட்டி கட்டவேண்டும். கடன் தேதி முடியும்போது வாங்கிய கடனைத் திருப்பிக் கொடுக்கவேண்டும். அப்படிக் கொடுக்காவிட்டால், அடுத்த முறை கடன் கிடைக்காமல் போகலாம். தீவிர சூழ்நிலைகளில், கடன்காரர்கள் உங்கள் சொத்துகளை அபகரித்துக்கொள்ளும் நிலையும் ஏற்படலாம். அதனால் கடன் வாங்கும்போது, பிசினஸில் கிடைக்கும் வருமானத்திலிருந்து அதைத் திருப்பிச் செலுத்த முடியுமா என்று ஆராய்ந்து, அதன் பின்னரே கடன் வாங்கவேண்டும்.

சரி, வாசனின் பதிலுக்கு வருவோம்.

'நான் 2008-ம் ஆண்டில் VDIME நிறுவனத்தை ஆரம்பித்தேன். அப்போது நான் வேறொரு கம்பெனியில் வேலை பார்த்துக் கொண்டிருந்தேன். என் நிறுவனத்தை ஆரம்பித்தவுடன், நான் வேலை செய்துகொண்டிருந்த கம்பெனியில் என்னைப் பகுதி நேரப் பணியாளராக மாற்றிக்கொண்டேன். காலை நேரங்களில் அந்த நிறுவனத்துக்கு வேலை பார்ப்பேன். அமெரிக்காவில் இரவு நேரத்தின்போது இந்தியாவில் பகல் நேரம். அப்போது VDIME நிறுவனப் பணிகளைப் பார்ப்பேன். ஆக இரண்டு பணிகளையும் சேர்த்துப் பார்த்தால் சுமார் இரண்டு வருடங்களுக்கு நாள் ஒன்றுக்கு சுமார் இருபது மணி நேரம்கூட வேலை செய்திருக்கிறேன்' என்றார்.

'எப்படி இது முடிந்தது? கடினமாக இல்லையா?' என்றேன் நான்.

‘உலகத் தரம் வாய்ந்த பயன்பாட்டை உருவாக்கவேண்டும் என்றால் அதற்கு அசாதாரண முயற்சி தேவைதானே’ என்றார் வாசன் பட்டென்று.

‘சரி, உங்கள் நிறுவனத்துக்கு எப்படி முதலீட்டைக் கொண்டு வந்தீர்கள்?’

‘நான் VDIME ஆரம்பித்தபோது முழுநேரமாகவோ அல்லது பகுதிநேரமாகவோ கிட்டத்தட்ட பத்து வருடங்கள் வேலை பார்த்திருந்தேன். மென்பொருள் நிறுவனங்களில் வேலை செய்ததால் எனக்கு நல்ல சம்பளம் கிடைத்துவந்தது. வீட்டுக் கடனை அடைத்ததுபோக மீதமுள்ள பணம் அனைத்தையும் என் நிறுவனத்தில் முதலீடு செய்தேன். இதுவரை நான் முதலீடு செய்த தொகை எட்டு இலக்கு எண்ணைத் தாண்டும்.’

கல்லூரியில் நான் மாணவர்களுக்கும் தொழில்முனைபவர் களுக்கும் விரிவுரையாற்றும்போது இதையேதான் கூறுவேன். நீங்கள்தான் உங்கள் நிறுவனத்தின் முதல் முதலீட்டாளராக இருக்கவேண்டும். அப்போதுதான் நீங்கள் முதலாளியாக இருக்க முடியும். உங்களால் எவ்வளவு முடியுமோ, அவ்வளவு முதலீடு செய்யுங்கள்.

‘அவ்வளவு நம்பிக்கையா உங்கள் பயன்பாட்டின்மேல்?’

‘என் நிறுவனத்தின்மேல் நான் நம்பிக்கை வைக்கவில்லை என்றால், மற்றவர்களை என்னால் எப்படி நம்பச் செய்ய முடியும்?’ என்றார் வாசன் ஆணித்தரமாக.

ஆக, சுய முதலீடு என்பது வெறும் முதலீடு மட்டும் இல்லை, உரிமையாளர்களின் நம்பிக்கையைப் பறைசாற்றும் சாட்சியாக வும் அமையும். சுயமுதலீட்டுக்கு அடுத்தபடியாக குடும்பத்தினர் களிடமிருந்து நிதி திரட்டலாம். வெளியிலிருந்து நிதி திரட்டு வதைக் காட்டிலும் குடும்பத்தில் உள்ளவர்களிடமிருந்து திரட்டுவது சற்று எளிதானது. இதைப்பற்றிக் கேட்டபோது வாசன் கூறினார்: ‘இதுவரை செய்த மொத்த முதலீட்டில் கிட்டத் தட்ட கால் பங்கு என் தந்தையிடமிருந்து வந்தது. குடும்பத்தினர் முதலீடு செய்யும்போது இந்த நிறுவனம் வெற்றி பெறுமா என்றெல்லாம் ஆராய்ந்து முதலீடு செய்வதில்லை. பாசத்தின் பேரில் முதலீடு செய்கிறார்கள்.’

கேள்வி: நான் பி.இ இரண்டாம் ஆண்டு படிக்கிறேன். பின்னால் ஒரு கம்பெனி தொடங்க இருக்கிறேன். அதை எப்படி ஆரம்பிப்பது என்ற வழியைக் கூறுங்கள்.

பதில்: உங்கள் பட்டப் படிப்பு முடிவதற்கு இன்னும் இரண்டு வருடங்கள் உள்ளபோதிலும், படிப்பு முடிந்தபிறகு நீங்கள் தொழில்முனைவர் ஆகவேண்டும் என்கிற எண்ணம் இப்போதே உங்களுக்குள் இருப்பது வரவேற்கத்தக்க விஷயம். மீதமுள்ள இரண்டு வருடங்களில் நீங்கள் தொழில்முனைவர் ஆவதற்கு உங்களைத் தயார் செய்யும் பாடங்களைத் தேர்வு செய்து படிக்கலாம்.

நிறுவனம் தொடங்குவது ஒன்றும் பெரிய கடினமான விஷயமில்லை. நீங்கள் உங்கள் அருகில் உள்ள பட்டயக் கணக்காளர் (CA) யாரையாவது அணுகினால் கம்பெனியை நிறுவுவது, பெயர் வைப்பது, அதைப் பதிவு செய்வது, பங்குப் பத்திரங்கள் தயார் செய்வது, கம்பெனி செய்யப் போகும் பிசினஸைப் பொருத்து Memorandum of Association, Articles of Association போன்ற ஆவணங்களைத் தயார் செய்வது, கம்பெனி சீல் ஒன்றை உருவாக்குவது போன்ற அனைத்து விஷயங்களையும் முடித்துக் கொடுப்பார்கள். இத்தனை காரியங்களையும் செய்யவேண்டுமா என்று மலைத்து போகவேண்டாம். சி.ஏ ஒருவரை அணுகினால் எல்லாவற்றையும் அவரே எளிதில் செய்து முடிப்பார்.

நிறுவனம் என்ன பிசினஸ் செய்யப்போகிறது, அதற்கு என்ன பெயர் வைக்கலாம் என்பதை மட்டும் நீங்கள் முடிவு செய்தால் போதும். நிறுவனம் பதிவு செய்ய அரசாங்கத்துக்குச் செலுத்த வேண்டிய தொகை, நீங்கள் எவ்வளவு மூலதனத்துக்கான பங்குகளை விற்க விரும்புகிறீர்கள் என்பதைப் பொருத்து வேறுபடும். ஐந்து லட்ச ரூபாய்க்கு கேபிடலைஸ் செய்ய விரும்பினால், அரசாங்கப் பதிவுக்கு, கணக்காளர் கட்டணம் உள்பட, சுமார் *20,000-25,000* ரூபாய் ஆகலாம். கம்பெனிப் பதிவுச் சான்றிதழ் பெற்றவுடன் அதை வைத்து உங்கள் கம்பெனிக்கான நடப்புக் கணக்கை வங்கியில் தொடங்கலாம்.

‘சரி, உங்கள் பத்து வருடச் சம்பாத்தியத்தின் பெரும் பகுதியை உங்கள் நிறுவனத்தில் முதலீடு செய்துள்ளீர்களே, உங்கள் பயன்பாடு வெற்றி பெறாவிட்டால், உங்கள் முதலீடு தொலைந்து போய்விடும் என்கிற அச்சம் இல்லையா?’

‘என் நிறுவனம் தோல்வி அடைந்துவிட்டால் என் திறமையினால் எனக்கு இன்னொரு வேலை கிடைக்கும் என்கிற நம்பிக்கை இருக்கிறது. ஆனால் இந்த இரண்டு மூன்று வருடங்களில் எனக்குக் கிடைத்த அனுபவம், எத்தகைய வேலையில் இருந் திருந்தாலும் எனக்குக் கிடைத்திருக்காது. நான் நிறுவனத்தின் பிசினஸ் நிமித்தமாக, உயரிய இடத்தில் இருக்கும் பலரைச் சந்தித்திருக்கிறேன். அப்போது அவர்களுடன் கொண்ட தொடர்பினால் என்னுடைய பரிமாணம் விருத்தி அடைந்தது. பிசினஸ் சம்பந்தமாகப் பல இடங்களுக்குப் பயணம் செய்த போது, நடைமேடையில் படுத்திருக்கிறேன்; ஐந்து நட்சத்திர ஹோட்டல்களிலும் தங்கியிருக்கிறேன். இத்தகைய பலவித மான அனுபவங்களால் என்னால் வாழ்க்கையின் பல கூறுகளை உணர முடிந்தது’ என்றார் உத்வேகமாக.

இதையேதான் நான் பல தொழில்முனைபவர்களுக்கும் கூறுவேன். எப்போதுமே நேராகச் சிந்தியுங்கள். தோல்வி அடைந்தால் எவ்வளவு இழப்போம் என்று மதிப்பீடு செய்வதை விட்டுவிட்டு, தொழில் முனையும்போது கிடைக்கின்ற அனுபவப் பரவசத்தில் திளைத்திடுங்கள்.

Entrepreneurship involves a leap of faith என்று சொல்வார்கள். அதில், முதலில் தேவை தன்னம்பிக்கை. அப்போதுதான் பாய்ச்சலுக்குச் சக்தி இருக்கும்.

16

தொழிற் கடன்

‘இதோம்மா, ரெடி, எல்லா மெழுகுவர்த்தியும் ஒரே ஊதுல அணையனும்!’ பிறந்த நாள் காணும் தன் மகளுக்கு உற்சாகக் குரல் கொடுத்துக் கொண்டிருந்தார் அவள் தந்தை.

‘ஒன்... டூ... த்ரீ...’

பலத்த கைத்தட்டல்களுக்கு இடையே இரண்டு மூன்று முயற்சிகளுக்குப் பிறகு அனைத்து மெழுகு வர்த்திகளும் ஒருவழியாக அணைய, அட்டகாச மாக அலங்கரிக்கப்பட்ட கேக்கை வெட்ட ஆரம்பித் தாள் அந்தப் பிறந்த நாள் சிறுமி. முதல் துண்டை அவள் வாயில் அவள் தோழிகள் ஊட்டிவிட்டு அதே சாக்கில் அவள் முகத்தில் கொஞ்சம் கிரீமையும் சேர்த்துத் தேய்த்துவிட்டு அமர்க்களம் செய்துகொண்டிருந்தனர். மீதமுள்ள கேக்கும் துண்டிட்டு வைக்கப்பட, வந்திருந்தோர் அனை வரும் அதைச் சுவைக்கத் தயாராயினர்.

இன்று பலவகையான கொண்டாட்டங்களிலும் நிகழ்ச்சிகளிலும் முக்கியமான பங்கு வகிப்பது, கேக் வெட்டும் சடங்கு. பிறந்த நாள், புது வருடத்

தொடக்கம், கிறிஸ்துமஸ் மட்டுமின்றி, திருமணங்கள், புது வீடு புகுதல் போன்ற பல விசேஷ நிகழ்ச்சிகளிலும் கேக் வெட்டுதல் ஒரு முக்கியப் பங்கு வகிக்கிறது. இதனால், கடந்த சில ஆண்டுகளில் கேக் விற்பனை பல மடங்கு அதிகரித்துள்ளது.

இந்த கேக் பிசினஸை ஆதாரமாக வைத்து ஒரு சிறு தொழிலைத் தொடங்கி இருப்பவர்கள்தான் காஞ்சனா, விஜயலட்சுமி, சாமுண்டீஸ்வரி என்ற மூன்று பெண்கள். இவர்கள் கேக் தயாரிக்கும் தொழிலில் ஈடுபடவில்லை. கேக்கை அலங்கரிப்ப திலும் பத்திரமாகக் கடையிலிருந்து வீட்டுக்கு எடுத்து வரவும் மிகுந்த உதவியாக இருப்பது கேக்கின் அடியில் அதைத் தாங்கி இருக்கும் வெள்ளி நிறத் தாளால் போர்த்தப்பட்டிருக்கும் அட்டையைத்தான் இவர்கள் தயாரிக்கிறார்கள்.

தொழில்முனைபவர்கள் பங்குகளை விற்றும் கடன் பெற்றும் தங்கள் நிறுவனத்துக்குத் தேவையான நிதியைத் திரட்டலாம். தொழில்முனைபவரின் சுய முதலீட்டுக்குப் பிறகு பலரும் தங்கள் நிதித் தேவைக்காக நாடுவது கடன் தரும் நிறுவனங்களையே. அது ஏன் என்று பிறகு சொல்கிறேன். கடன் மூலம் நிதி திரட்டுவது பற்றி இப்போது பார்ப்போம்.

மேலே கூறிய மூவரும் 2007-ம் ஆண்டு Hand in Hand என்கிற தொண்டு நிறுவனம் நடத்திய தொழில்முனைவோர் பயிற்சியில் கலந்துகொண்டனர். அதன்பிறகு தங்கள் தொழிலைத் தொடங்கி னார்கள். முதலில் ஏழு பேர் சேர்ந்து ஆரம்பித்தாலும், முதல் சில மாதங்களில் நான்கு பேர் ஒதுங்கிக்கொண்டதால், தற்போது இந்த மூவர் மட்டுமே தொடர்ந்து செய்துவருகின்றனர்.

பிசினஸ் செய்ய ஆரம்பிக்கும்போது, ஆரம்பக் காலத்தில் சோதனைகள் மிகவும் அதிகமாக இருப்பதாகத் தோன்றும். அந்த இக்கட்டான காலகட்டத்தைத் தாண்டிவிட்டால் அதன் பிறகு நிலைமை சற்று எளிதாகிவிடும். நன்கு யோசித்து ஆராய்ந்த பிறகு தொழில் செய்ய இறங்கியிருப்பீர்கள் நீங்கள். அதை எடுத்த எடுப்பிலேயே கைவிட்டுவிடுவதா? தாய் தன் அழும் குழந்தையைச் சமாதானப்படுத்துவது கடினம் என்று தூக்கியா எறிந்துவிடுகிறார்? பொறுமையாகத் தாலாட்டுப் பாடித் தூங்க வைப்பதில்லையா? அதே மாதிரிதான் செய்யும் தொழிலும். என்னதான் ஆனாலும் ஆரம்பித்த முதல் மூன்று வருடங்களில் முனைந்த தொழிலை விட்டுவிடக் கூடாது என்கிற மனோ திடத்துடன் உறுதியாக இறங்குங்கள். உங்கள் நிறுவனத்தின்

உண்மையான சாத்தியம், இரண்டு மூன்று வருடங்களுக்குப் பிறகே தெரியவரும். அதுவரை சற்றுப் பொறுமையாக இருங்கள்.

சரி, இப்போது இந்த மூன்று பெண்களைப் பற்றி ஒருசில வரிகள். இம்மூவரில் மூத்தவர் காஞ்சனா. இவருடைய மூத்த மகள் வெளி நாட்டில் வசித்துவருகிறார். அதற்கு அடுத்தபடியாக விஜய லட்சுமி. இவருக்குக் கல்லூரி செல்லும் வயதில் பிள்ளைகள். இம்மூவரில் இளையவர் சாமுண்டீஸ்வரி. இவருக்கு இரண்டு இளம் குழந்தைகள். ஆக, இம்மூவரும் ஒத்த வயதுடையவர்கள் அல்லர்.

'எப்படி நீங்கள் மூவரும் ஒன்றுகூடினீர்கள்?' என்று அவர்களிடம் கேட்டேன்.

'நாங்கள் அனைவரும் ஒரே சுய உதவிக் குழுவில் உறுப்பினர் களாக இருந்ததால், ஒருவருக்கொருவர் நல்ல பழக்கம் இருந்தது. அது மட்டுமன்றி மூவரும் தொழில்முனைபவர் பயிற்சியில் ஒன்றாகவே கலந்துகொண்டோம். தொழில் முனைவதைப் பற்றிய கருத்துகளில் எங்கள் மூவருக்கும் நல்ல ஒற்றுமை இருந்ததால் சேர்ந்து தொழில் தொடங்கலாம் என்று முடிவு செய்தோம்' என்றார் காஞ்சனா.

தனி ஆளாகத் தொழில் தொடங்குவதைக் காட்டிலும் ஒரு குழுவாகச் சேர்ந்து தொடங்கினால் அதில் பல நன்மைகள் உண்டு. பல கைகள் ஒன்று சேர்வதால் சக்தியும் அதிகம் கிடைக் கும். ஆனால், கூட்டாளிகளைச் சேர்ப்பதைக் கவனத்துடன் கையாளவேண்டும். அணியில் இருப்பவர்கள் அனைவருக்கும் கருத்து ஒற்றுமை இருப்பது முக்கியம். அதற்காக, வேற்றுமையே முற்றிலும் கூடாது என்று நான் சொல்லவில்லை. ஒரு சில வேற்றுமைகள் இருந்தாலும் மனத்தளவில் அனைவரும் ஒத்துப் போகவேண்டும். குழுவில் ஒருவர்மேல் ஒருவருக்கு அதிக நம்பிக்கையும் இருக்கவேண்டும். அணிக்குள்ளேயே சந்தேகம் இருந்தால் அதைக் கவனிப்பதிலேயே நேரம் போகுமே தவிர பிசினஸில் கவனம் செலுத்துவது கடினமாக இருக்கும்.

'நீங்கள் ஒரு அணியாகத் தொழில் செய்வதில் என்ன ஆதாயம் இருப்பதாக நினைக்கிறீர்கள்?' என்றேன்.

கேட்ட பதில் எளிதாக இருந்தாலும் யதார்த்தமாகப் பட்டது.

கேள்வி:

நான் சிக்கன் மசாலா பொடி தயார் பண்ணியிருக்கிறேன். அதனை பேக்கிங் செய்வது சம்பந்தமாகச் சில சந்தேகங்களை நீங்கள் தெளிவுபடுத்தினால் நன்றாக இருக்கும்.

பதில்:

உணவுத் துறை கடந்த சில வருடங்களில் பல மடங்கு வளர்ந்துள்ளது. எதிர் காலத்திலும் இத்துறையில் நன்கு வளர்ச்சி இருக்கும் என்று கருதப்படுகிறது. ஒரு குடும்பத்தில் ஆணும் பெண்ணும் வேலை செய்யும் நிலைமையைப் பெரும்பாலான குடும்பங்களில் காண்கிறோம். அதனால் சமையல் செய்யும் நேரத்தைக் குறைக்கும் பல உணவுப் பொருட்கள் என்று சந்தையில் நல்ல வரவேற்பைப் பெற்றுள்ளன. இத்துறையில் உள்ள வளர்ச்சி காரணமாக இன்று பல பெரிய மற்றும் பன்னாட்டு நிறுவனங்கள் இத்துறையில் இறங்கியுள்ளன. இதனால் போட்டியின் தீவிரமும் அதிகமாகவே இருக்கிறது.

அப்படி இருக்கும்போது உங்கள் தயாரிப்பு வெற்றி பெற வேண்டுமானால் அதில் ஏதாவது புதுமை இருக்கவேண்டும். புதுமையை எதிலும் கொண்டுவரலாம்: சுவையில், விலையில், விநியோகத்தில், அல்லது பேக்கேஜிங் செய்வதில். பேக்கேஜிங் தொழில்நுட்பம் பற்றி இன்று பல கல்லூரிகளில் பட்டம் மற்றும் பட்டயப் படிப்பே இருக்கிறது. இன்று சந்தையில் பார்த்தோமானால் பல சிக்கன் மசாலா வகைகள் கிடைக்கின்றன. உங்கள் தயாரிப்பு வெற்றி பெறவேண்டுமானால் நுகர்வோரைக் கவரும்வகையில் உங்கள் பேக்கேஜிங் இருப்பது அவசியம்.

பேக்கேஜிங்கில் என்ன புதுமைகளைக் கொண்டுவரலாம் என்பது உங்கள் கற்பனை சக்தியைப் பொருத்தது. கவர்ச்சியான நிறம், பார்ப்பவரின் கவனத்தைச் சுண்டியிழுக்கும் ஒரு படம், இதுவரை யாரும் கொடுக்காத ஒரு அளவில் பேக்கேஜிங் செய்வது, புதிய பொருளைக் கொண்டு பேக்கிங் செய்வது என்று பல புதுமைகளைச் செய்யலாம். கடை வீதிக்குச் சென்றால் இன்று நாம் பல பேக்கேஜிங் புதுமைகளைக் காணலாம். சாஷே வடிவில் ஷாம்பூ, டெட்ராபேக்கில் குளிர் பானங்கள் போன்றவை அனைத்தும் பேக்கேஜிங்கில் வந்த புதுமைகள்தானே!

‘ஒருவருக்கொருவர் தோள் கொடுத்து எங்களால் செயல்பட முடிகிறது. எங்களில் ஒருவர் சோர்ந்துபோனால் மற்ற இருவரும் அவரை உற்சாகப்படுத்துவோம். அது மட்டுமின்றி, வேலைப் பளுவையும் நேரத்துக்கு ஏற்ப எங்களுக்குள் பிரித்துக்கொள் வோம். உதாரணமாக, தேர்வு நேரத்தில் சாமுண்டீஸ்வரி அவர் குழந்தைகள்மீது அதிகமாகக் கவனம் செலுத்தவேண்டியிருக்கும் போது, மற்ற இருவரும் சற்று அதிக நேரம் பணியாற்றுவோம். அதேமாதிரி காஞ்சனா அவருடைய மகளைப் பார்ப்பதற்காக வெளி நாடு செல்லும்போது மற்ற இருவரும் பிசினஸைப் பார்த்துக்கொள்வோம்’ என்றார் விஜயலட்சுமி.

கடந்த நான்கு வருடங்களில் இவர்கள் ஆரம்பித்த நிறுவனம் பல மடங்கு விரிவடைந்து இன்று கேக் அட்டை மட்டுமின்றி அலுவலகக் கோப்புகள், காகிதப் பைகள் போன்ற பல பொருட்களையும் தயாரிப்பதில் ஈடுபட்டிருக்கிறது. சீசன் நேரத்தில் இருபதுக்கும் மேற்பட்டோர் இவர்கள் நிறுவனத்தில் வேலை செய்கிறார்கள்.

இவர்கள் தங்கள் நிறுவனத்துக்கு நிதி திரட்டிய கதை சுவாரசியமானது. தொழில்முனையும் பயிற்சியின்போது நாள் ஒன்றுக்குக் கிடைத்த இருபது ரூபாய் உதவித் தொகையே அவர்கள் ஆரம்பித்த தொழிலின் முதல் முதலீடாக அமைந்தது. அதன்பின் ஒவ்வொருவரும் ஐந்தாயிரம் ரூபாய் தங்கள் பங்காகச் சுய முதலீடு செய்தனர். நிறுவனம் தொடங்குவதற்கு ஆரம்பகால நிதியாகச் சுமார் முப்பதாயிரம் ரூபாய் தேவைப்படும் என அவர்கள் மதிப்பிட்டனர். எனவே, சுய முதலீடு போக, மீதமுள்ள பதினைந்தாயிரம் ரூபாயைக் கடனாகப் பெற்றனர்.

தனி நபர் கடனுக்கும் நிறுவனத்தின் பேரில் கடன் வாங்கு வதற்கும் சில வித்தியாசங்கள் உண்டு. இன்று கலாசாரம் மாறி வந்தாலும் நம்முடைய சமுதாயம் தொன்றுதொட்டே செலவுக்காகக் கடன் வாங்குவதை ஆதரித்ததில்லை. ஆனால் நிறுவனத்துக்கு முதலீடு பெறும்போது பெரும்பாலான முதலீடு கடன்மூலமாகவே ஏற்படுகிறது. பங்குச் சந்தைகளைக் காட்டிலும் கடன் சந்தைகள் பல மடங்கு பெரிது.

‘நீங்கள் ஏன் கடன் பெறவேண்டும்? மொத்த முப்பதாயிரத் தையும் நீங்களே முதலீடு செய்திருக்கலாமே?’ என்றேன் நான்.

சாமுண்டீஸ்வரி அளித்த பதில் சற்றும் எதிர்பாராததாக இருந்தது.

17

கடனின் நல்ல பக்கம்

'இரண்டு காரணங்களைச் சொல்லலாம்' என்று ஆரம்பித்தார் சாமுண்டீஸ்வரி.

'முதலாவதாகச் சொல்லவேண்டும் என்றால், இதற்கு முன்னால் எங்களில் யாருக்கும் பிசினஸ் செய்த அனுபவம் இல்லை. பலர் பிசினஸில் நிறைய முதலீடு செய்து பெரும் நஷ்டம் அடைந்ததைக் கேள்விப்பட்டிருக்கிறோம். அதனால் நாங்கள் ஆரம்பத்திலேயே சற்று எச்சரிக்கையாக இருக்க முடிவு செய்தோம். எங்கள் சக்திக்குமீறி சுய முதலீடு செய்வதில் நங்கள் யாரும் விருப்பப்படவில்லை. எங்கள் குடும்பத்தினருடன் கலந்து ஆலோசித்ததில் ஒவ்வொருவரும் ஐந்தாயிரம் ரூபாய் வரை முதலீடு செய்யலாம் என முடிவெடுத்தோம்.'

'சரி, இரண்டாவது காரணம்?'

'அது எங்களுக்குச் சில மாதங்கள் கழித்துத்தான் தெரிய ஆரம்பித்தது. கடன் பெறும்போது அதை எப்படியாவது திருப்பிக் கொடுக்கவேண்டும்

என்கிற நிர்ப்பந்தம் ஏற்படுகிறது. இதனால் ஒரு கட்டுப்பாடும் கவனமும் ஏற்படுகிறது. கடனால் கிடைக்கும் நிதியைக் காட்டிலும், கடன் தரும் நிறுவனங்கள் மேற்கொள்ளும் கண்காணிப்பும் அதனால் ஏற்படும் சுய ஒழுக்கமும் மிகப் பெரிய நன்மையைத் தந்ததாக நாங்கள் உணர்ந்தோம்' என்றார்.

அவர் சொன்னதில் ஆழ்ந்த உண்மை உள்ளது. நேர்மையான தொழில்முனைபவர்கள் கடன் பெறும்போது, அவர்களின் நிதி மேலாண்மைத் திறன் மேலும் அதிகரிக்கிறது. எந்த ஒரு ரூபாயையும் விரயம் செய்யக்கூடாது என்பதில் கண்ணும் கருத்துமாக இருப்பார்கள். 'ஏன், கடன் பெறாவிட்டால் நிதி மேலாண்மையில் அவ்வளவு கண்ணும் கருத்துமாக இருக்க முடியாதா?' என்று நீங்கள் கேட்கலாம். ஆனால் இது அடிப்படை மனித இயல்புதானே. நம்மை யாராவது கவனிக்கிறார்கள் என்னும்போது நாம் உஷாராகிவிடுவதில்லையா? தெருக் கோடியில் காவல் துறையினர் ரோந்து சுற்றி வருகிறார்கள் என்றால் நாம் தலைக் கவசத்தை உடனே அணிந்துகொள் கிறோம், இல்லையா? பயணச் சீட்டு இன்ஸ்பெக்டர் வருகிறார் என்றால் பலர் கேட்டுப் பயணச் சீட்டு பெறுகிறார்கள் அல்லவா? அதுபோல்தான் இதுவும்.

கடன் பெறுவதால் நிறுவனத்தின் செயல்திறன் எவ்வாறு பாதிக்கப்படும் என்கிற கருப்பொருளை வைத்து மேலாண்மை அறிவியலில் பலர் ஆராய்ச்சி செய்திருக்கிறார்கள். அத்தகைய ஆராய்ச்சிகளில் கண்டுபிடிக்கப்பட்ட பொதுவான முடிவு, கடன் தரும் நிறுவனங்கள் போடும் நிபந்தனைகளினால் கடன் பெறும் நிறுவனங்களின் செயல்திறன் நேர்முகமாக அதிகரிக்கிறது என்பதே. முழு முதலீட்டையும் உங்களால் கொண்டு வர முடியும் என்கிற பட்சத்திலும், அப்படிச் செய்யாமல் உங்கள் முதலீட்டின் சிறு பகுதியைக் கடனாகப் பெற்றால் அதனால் பல மறைமுக பலன்கள் கிடைக்கும்.

சிறிய, பெரிய நிறுவனங்கள் என்றில்லை. எத்தகைய அளவிலான பிசினஸ் என்றாலும் கடன் பெறுவதால் பல பலன்களை எதிர்பார்க்கலாம். ஓர் உதாரணம் சொல்கிறேன். டிஸ்னிலாண்ட் பற்றிக் கேள்விப்பட்டிருப்பீர்கள். அமெரிக்கா வில் ஒரு மிகப் பெரிய பொழுதுபோக்கு மற்றும் கேளிக்கைப் பூங்காவை உருவாக்கி அதை நிர்வகித்துவரும் நிறுவனம் அது. குழந்தைகள், பெரியவர்கள் என்கிற பாகுபாடின்றி அங்கு வரும்

அனைவரையும் குதூகலப்படுத்தும் ஒரு இடமாக டிஸ்னிலாண்ட் திகழ்கிறது. எங்கெங்கெல்லாம் டிஸ்னிலாண்ட் பூங்காக்கள் இருக்கின்றனவோ, அங்கு சுற்றுலாப் பயணிகளின் வரவு அதிகமாக இருக்கும்.

சுற்று வட்டாரங்களிலிருந்து மட்டுமின்றி உலகெங்கிலும் உள்ள சுற்றுலாப் பயணிகளும் அங்கு வருவது வழக்கம். இதனால் அப்பகுதியில் வாழும் மக்களுக்குப் பல பலன்கள் உண்டாகும். வேலை வாய்ப்பும் பொருளாதார வளர்ச்சியும் அதிகரிக்கும். 1999-ம் ஆண்டு பல தென் கிழக்கு ஆசிய நாடுகள் பணப் பிரச்னையால் பாதிக்கப்பட்டு பொருளாதாரச் சிக்கலில் தவித்துக்கொண்டிருந்தன. ஹாங் காங் அரசு இச்சிக்கலிலிருந்து வெளிவர பல திட்டங்களை தீட்டிக் கொண்டிருந்தது. அதில் ஒன்று ஹாங் காங்கில் ஒரு டிஸ்னிலாண்ட் உருவாக்குவதுதான். அதன் மூலம் அப்பகுதியில் சுற்றுலாவைப் பெருக்கி பொருளாதார வளர்ச்சியைத் தூண்ட முடியும் என்று ஹாங் காங் அரசு நம்பியது. கடற்பகுதியில் உள்ள நிலத்தைச் சீர்படுத்தி அதில் டிஸ்னிலாண்ட் பூங்காவை உருவாக்கத் திட்டமிட்டது.

அதற்கான நிதி மதிப்பீடு சுமார் பதினெட்டாயிரம் கோடி ரூபாய். ஒப்பந்தத்தின்படி மொத்த நிதியின் தேவையில் கிட்டத்தட்ட 90 சதவிகிதத்தை ஹாங் காங் அரசும் டிஸ்னி நிறுவனமும் கொண்டு வரவேண்டும். மீதமுள்ள 10 சதவிகிதத்தை வங்கிகளிடமிருந்தும் தனியார் நிதி நிறுவனங்களிடமிருந்தும் திரட்டலாம் என்று முடிவு செய்யப்பட்டிருந்தது. ‘பெரும்பாலான முதலீட்டை அரசு மேற்கொள்ளும்போது ஏன் ஒரு சிறு தொகைக்காகத் தனியாரை நாடவேண்டும்? அதையும் ஏன் அரசே செய்யக்கூடாது?’ என்ற கேள்வி எழுந்தது.

இதற்குப் பதிலளித்த ஹாங் காங் அரசு அலுவலர் ஒருவர் கூறினார்: ‘பணம் முக்கியமில்லை. ஆனால் தனியார் வங்கிகளிட மிருந்து நிதி திரட்டும்போது, அவர்கள் நிதி கொடுப்பதோடு நிற்கப் போவதில்லை. முதலீடு செய்தபின் கட்டுமானப் பணிகளும் செயல்பாடுகளும் சரியான வகையில் நடைபெறு கின்றனவா என்று கண்காணிப்பார்கள். இத்தகைய மூன்றாம் தரப்புக் கண்காணிப்பும் சான்றளிப்பும் இந்தத் திட்டத்தைப் பற்றி மக்கள் மத்தியில் ஒரு நல்லுணர்வை உண்டாக்கும் என நினைக்கிறோம். நிதியைக் காட்டிலும் அதன்கூடவே கிடைக்கும்

கண்காணிப்பைத்தான் கடன் பெறுவதால் கிடைக்கும் முக்கியப் பலனாக நினைக்கிறோம்.'

ஆனால், இதில் வேடிக்கை என்னவென்றால் உங்களுக்குக் கடனே தேவையில்லாத நேரத்தில்தான் பலரும் உங்களுக்குக் கடன் கொடுக்க முன்வருவார்கள். எப்போது கடனின் தேவை அதிகம் இருக்காது? நீங்கள் வசதியாக இருந்தாலோ அல்லது உங்கள் நிறுவனம் நல்ல லாபம் பெற்று வரும் சமயங்களிலோ உங்களுக்கு வெளியிலிருந்து கடன் பெறும் அவசியம் அதிகம் இருக்காது. ஆனால் அத்தகைய சமயங்களில் கடன் அளிப்பதற்கு நிறையப் பேர், நீ, நான் என்று போட்டி போட்டுக்கொண்டு முன்வருவார்கள். உங்களுக்கு இக்கட்டான நேரத்தில் வெளி முதலீட்டாளர்களிடமிருந்து நிதி திரட்ட முற்பட்டீர்கள் என்றால், பலரும் தயங்குவார்கள். தொழில்முனைபவர்களுக்கே உரித்தான ஒரு பொன்மொழி ஒன்று உண்டு. நிதி திரட்டுவதற்கு எது மிகவும் உகந்த நேரம்? அதன் தேவை உங்களுக்கு அதிகம் இல்லாதபோது!

நிறுவனத்துக்கான நிதித் தேவைகளைப் பொதுவாக மூன்று வகைகளாகப் பிரிக்கலாம். முதலாவது, சரக்கு மற்றும் விநியோகிஸ்தர்களின் சேகரிப்புக்காகத் தேவைப்படும் பணம். இதை ரொடேஷன் பணம் அல்லது நடப்பு மூலதனம் என்று கூறுவார்கள். இரண்டாவது, இயந்திரம் மற்றும் அது போன்ற நிலையான சொத்துக்களை உருவாக்குவதற்காகத் தேவைப்படும் முதலீடு. மூன்றாவது, பொதுவான நிறுவனச் செலவுகளுக்கும் ஆராய்ச்சி மற்றும் வளர்ச்சிப் பணிகளுக்கும் தேவைப்படும் முதலீடு. இம்மூன்று வகைச் செலவுகளுக்கும் தேவையான நிதியைத் திரட்டும் உத்தியும் வேறுபட்டே இருக்கவேண்டும்.

ரொடேஷன் பணத்துக்குத் தேவை குறுகிய காலக் கடன் வசதி. தனியார் மற்றும் கூட்டுறவு வங்கிகள், குழு நிறுவனங்கள் போன்ற இயக்கங்களிடமிருந்து இத்தகைய குறுகிய காலக் கடன் வசதி பெறலாம். அடமானமாக எந்தச் சொத்தையும் கொடுக்க முடியாத பட்சத்தில் இத்தகைய குறுகிய காலக் கடன் வசதியின் வட்டி விகிதம் பல நேரங்களில் சற்று அதிகமாகவே இருக்கும். ஆனால் வட்டி விகிதத்தைக் காட்டிலும், தேவைப்படுகின்ற போது பணம் துரிதகதியில் கிடைக்கிறதா என்கிற காரணியைக் கருத்தில் கொண்டு உங்கள் நிதி நிறுவனத்தைத் தேர்வு செய்யுங்கள்.

மணியரசன்:

நான் சிங்கப்பூரில் தகவல் தொழில்நுட்பத்துறையில் பணி புரிகிறேன். இந்தியாவிலோ, சிங்கப்பூரிலோ சொந்தமாகத் தொழில் தொடங்க விரும்புகிறேன். நிதி சார்ந்த ஆலோசனைகள் தேவை.

அன்புள்ள மணியரசன்,

தொழில் தொடங்க நினைக்கும் அனைவரையும் எதிர்கொள்வது பற்பல கேள்விகள். எவ்வளவு முதலீடு தேவைப்படும்? சந்தையில் இந்தப் பொருளுக்கு வரவேற்பு இருக்குமா? இதற்குத் தேவையான நிதியை எப்படித் திரட்டுவது? அலுவலகத்தை எந்த இடத்தில் ஆரம்பிப்பது? முதல்முறையாக பிசினஸ் செய்ய நினைப்பவர்கள் இத்தகைய கேள்விகளுக்கு விடை தெரியாமல் தடுமாறிப்போவது இயல்புதான். இம்மாதிரிச் சூழ்நிலைகளில் உங்களுக்கு ஆலோசனை சொல்வதற்காக ஓர் ஆலோசகர் குழுவை நீங்கள் நியமிக்கலாம். தகுந்த ஆலோசகர்கள் உங்களுக்குக் கிடைக்காத பட்சத்தில், வழிகாட்டுதல் சேவை (Mentoring Services) அளிக்கும் நிறுவனங்களை நீங்கள் நாடலாம். உங்களைப் போன்ற இளந்தலைமுறை தொழில் முனைபவர்களின் நன்மைக்காகவே இன்று இதுபோன்ற வழிகாட்டுதல் சேவை அளிக்கும் நிறுவனங்கள் பல ஆரம்பிக்கப்பட்டுள்ளன.

சென்னையில் Energeate, Smart Kapital போன்ற அமைப்புகள் ஆரம்ப நிலைக் கம்பெனிகளுக்குப் பலதரப்பட்ட உதவிகளைச் செய்துவருகின்றன. சிங்கப்பூரிலும் இத்தகைய நிறுவனங்கள் பல இருக்கும் என்று நான் நம்புகிறேன்.

நிலையான சொத்துகள் உருவாக்குவதற்குத் தேவையான நிதியை நீண்ட காலக் கடன்மூலம் பெறலாம். பொதுவாகச் சொல்லப் போனால், ரொடேஷன் பணத்துடன் ஒப்பிடும்போது நிலையான சொத்துக்களுக்குத் தேவைப்படும் நிதி சற்று அதிக மாகவே இருக்கும். தொகை அதிகமாக இருப்பதால், கடனுக்கு

ஒப்புதல் ஆகும் நேரமும் அதற்கு உண்டான நிபந்தனைகளும் சற்று அதிகமாகவே இருக்கும். கடன் பெற்று உருவாக்கும் நிலையான சொத்துகளைக் கடன் கொடுக்கும் நிறுவனத்துக்கு அடமானமாகக் கொடுக்கவேண்டியிருக்கும். கடனைத் திருப்பித் தர நீண்ட காலம் ஆகும் என்பதால், எந்த நிறுவனம் குறைந்த வட்டிக்குக் கடன் கொடுக்கிறார்களோ, அவர்களிடமிருந்து கடன் பெறுவதே நல்லது.

மூன்றாவது வகைச் செலவினங்களுக்குப் பெரும்பாலும் கடன் கிடைப்பது கடினம். ஏனெனில் வங்கிகளுக்கான தற்போதைய கடன் கொள்கைகள் இம்மாதிரியான தேவைகளுக்குக் கடன் அளிப்பதை ஊக்குவிப்பதில்லை. அதனால் இத்தகைய செலவு களுக்கு தொழில் முனைபவர்கள் பின்பற்றும் பொதுவான உத்தி, பங்குகளை விற்று அதன்மூலம் நிதி திரட்டுவதுதான். கடந்த பதினைந்து வருடங்களில் தொழில்முனைபவர்கள் தொடங்கும் சிறு நிறுவனப் பங்குகளில் நிதி முதலீடு செய்யும் துணிகர நிதி நிறுவனங்கள் (Venture Capital Firms), தனியார் பங்கு நிறுவனங் கள் (Private Equity Firms), ஏஞ்சல் முதலீட்டாளர்கள் எனப் பல நிறுவனங்கள் இந்தியாவில் தோன்றியுள்ளன. 2012-13 மத்திய பட்ஜெட்டில், இத்தகைய சிறு நிறுவனப் பங்குகளில் முதலீடு செய்வதற்காக 5,000 கோடி ரூபாய் நிதியை உருவாக்கப் போவதாக நிதியமைச்சர் அறிக்கை கொடுத்திருக்கிறார்.

இவ்வாறு சிறு நிறுவனப் பங்குகளில் முதலீடு செய்யும் நிறு வனங்கள் பற்றிய அம்சங்களை நோக்கி அடுத்து பார்வையைச் செலுத்துவோம்.

18

ஏஞ்சல் முதலீடு

'என்னுடைய குடும்பத்தில் யாரும் பிசினஸ் பற்றி வீட்டில் பேசியதே இல்லை' என்றார் பிஜு அசோகன், தன்னைப் பற்றிய அறிமுகத்தை முடித்துக் கொண்டே. முதல் தலைமுறை தொழில் முனைபவர்கள் என்று எடுத்துக்கொண்டால், அதற்கு ஒரு கச்சிதமான உதாரணமாக பிஜுவைக் கூறலாம். அவருடைய தந்தை சிவில் வழக்குகளை வாதாடும் ஒரு வக்கீல். அவருடைய தாயார் கிண்டர் கார்டன் நர்சரிப் பள்ளியில் குழந்தைகளுக்கு ஆசிரியர். இப்படிப்பட்ட குடும்பத்தில் பிறந்தவர் தான் பிஜு. ஆனால் அவரோ இன்று வழக்கமான வேலைக்குச் செல்லும் பாதையிலிருந்து வேறுபட்டு, தொழில் முனைவராகும் பாதையைத் தேர்ந்தெடுத்துள்ளார்.

அவர் தொடங்கி இருக்கும் நிறுவனம்தான் Metroplots.com. அந்நிறுவனம் அளிக்கும் சேவைகளைப் பற்றிச் சற்றுப் பார்ப்போம். கடந்த சில ஆண்டுகளில் அசாதாரண வளர்ச்சி கண்டிருக்கும் தொழில்துறை, ரியல் எஸ்டேட் பிசினஸ். தன்னுடைய வாழ்நாளில் ஒரு வீடு

வாங்கினாலே ஒரு பெரிய சாதனை என்று இருந்த நிலைமை மாறி, இன்றைய இளம் தலைமுறையினர் பலரும் நடுத்தர வயதிலேயே ஒன்றுக்கு மேற்பட்ட வீடுகளையோ வீட்டு மனைகளையோ எதிர்கால முதலீட்டாக வாங்கிப்போடு கின்றனர். நல்ல சம்பளம், எளிதில் கடன் பெறும் வசதி, விருப்பத்துக்கு ஏற்பப் பல வடிவங்களிலும் விலையிலும் கிடைக்கும் வீட்டுத் திட்டங்கள், குடியிருப்பதற்கு மட்டுமின்றி வீடு வாங்குவதை முதலீட்டாகக் கருதும் கண்ணோட்டம் என்று இதற்குப் பல காரணங்களைச் சொல்லலாம்.

இந்த வளர்ச்சியினால் பல புதிய பில்டர்களும் டெவலப்பர் களும் களம் இறங்கியிருக்கிறார்கள். அதனால் வீடு, அபார்ட் மெண்ட் அல்லது வீட்டு மனை வாங்க நினைப்பவர்களுக்கு இன்று மலைக்க வைக்கும் வகைகளில் பல வாய்ப்புகள் இருக் கின்றன. இப்படி பல வாய்ப்புகள் இருந்தாலும் வீடு வாங்கப் போவோரின் திண்டாட்டம் என்னவோ குறைந்தபாடில்லை.

முதல் குழப்பம் எந்தத் திட்டத்தைத் தேர்வு செய்வது என்பது தான். நகரங்களிலும் மாநகரங்களிலும் இன்று பல வீட்டு வசதித் திட்டங்கள் இருக்கின்றன. இவை எல்லாவற்றையும் சென்று பார்த்து அதன்பிறகு முடிவு செய்யவேண்டும் என்றால் அதற்குப் பல மாதங்கள் ஆகும். நம் தேவைக்கேற்ப குறும் பட்டியல் தயாரித்து அவற்றை மட்டும் ஆராய்வதுதான் நடைமுறைக்கு ஒத்துவரும். குறும் பட்டியல் தயாரிப்பதுகூட, ஒருவருடைய முதலீட்டின் குறிக்கோளைப் பொருத்து மாறுபடும். குடியேறப் போவது என்றால் உங்கள் குறும் பட்டியல் ஒருவிதமாக இருக்கும். வாடகை வருமானம் கருதியோ அல்லது எதிர்கால முதலீடு கருதியோ நீங்கள் வாங்குகிறீர்கள் என்றால் உங்கள் பட்டியல் வேறுவிதமாக இருக்கும்.

இரண்டாவது குழப்பம் எந்த டெவலப்பரைத் தேர்வு செய்யலாம் என்பது. இவ்வளவு ரியல் எஸ்டேட் திட்டங்கள் இன்று இருந்தாலும், வெளிப்படைத்தன்மையும் கட்டுப்பாடும் இத்துறையில் நுகர்வோர் எதிர்பார்ப்பதைவிடச் சற்று குறைந்த அளவிலேயே இருக்கிறது. எந்த பில்டர் கொடுத்த வாக்குறுதி களை நல்ல முறையில் நிறைவேற்றுகிறார்? கட்டுமானத் தரத்தில் யார் அதிக கவனம் செலுத்துகிறார்கள்? அரசுத் தரப்பு அங்கீகாரங்கள் எல்லாம் பெறப்பட்டுவிட்டனவா? குடிநீர்,

கழிவுநீர் வசதி எல்லாம் நன்றாகத் திட்டமிடப்பட்டிருக் கின்றனவா? இவற்றையெல்லாம் நன்கு அலசி ஆராயவேண்டும்.

இதற்கு அடுத்தபடியாக விலை. விளம்பரம் செய்யப்பட்டுள்ள விலை நியாயமானதுதானா? அருகில் இருக்கும் மற்ற திட்டங்கள் எந்த விலையில் விற்கப்படுகின்றன? விளம்பரம் செய்யப்பட்டுள்ள விலையிலிருந்து எவ்வளவு குறைக்கலாம்? அதைக் குறைப்பதற்கான உத்திகள் என்னென்ன? இதைப் பற்றியான விவரங்களைச் சேகரிக்கவேண்டும். இப்படி ஒரு வழியாக, தகுந்த திட்டத்தைத் தேர்வு செய்துவிட்டால், அதற்கு அடுத்தபடியாக முடிவு செய்யவேண்டியது எந்த வங்கியிலிருந்து கடன் பெறலாம் என்பதுதான்.

இவ்வாறு வீடு வாங்கும் வாடிக்கையாளருக்கு ஒவ்வொரு கட்டத்திலும் தேவைப்படும் தகவலையும் அவர்களுக்கு எழும் சந்தேகங்களையும் தீர்த்துவைத்து, வெற்றிகரமாக அவர்களுக்கு ஏற்ற வீட்டைச் சரியான விலையில் வாங்க வழிசெய்யும் சேவைகளுக்கு ஒரு நல்ல தேவை இருப்பதை பிஜு உணர்ந்தார். Metroplots.com என்கிற நிறுவனத்தை 2009-ம் ஆண்டு தொடங்கி இத்தகைய சேவைகளை அளிக்கத் தொடங்கினார்.

பிஜு சென்னையைச் சேர்ந்தவர். 2004-ம் ஆண்டு SRM பல்கலைக்கழகத்தில் பொறியியல் பட்டம் பெற்றார். பின்னர் இரண்டு ஆண்டுகள் மென்பொருள் சேவை நிறுவனங்களான TCS, HCL ஆகியவற்றில் பணி புரிந்தார். அப்போது அவருக்கு மேற்படிப்புக்குச் செல்லும் விருப்பம் ஏற்பட்டதால் அமெரிக்காவின் கார்னெகி மெல்லான் பல்கலைக்கழகத்தில் முதுநிலைப் பட்டம் படிப்பதற்குச் சென்றார். அங்கு அவருக்குக் கணினியியல் மற்றும் இணையத்தளம் சம்பந்தப்பட்ட பாடங் களில் ஆர்வம் அதிகரித்தது. அதே சமயம் தொழில்முனையும் எண்ணமும் இருந்தது.

2009-ம் ஆண்டு இந்தியா திரும்பிய பிஜு இணையத்தளத்தின் திறனை உபயோகப்படுத்தி நல்ல வளர்ச்சி சாத்தியமான ஒரு தொழிலைத் தொடங்க நினைத்தார். ரியல் எஸ்டேட் துறையின் வளர்ச்சியும் அதில் வெளிப்படைத்தன்மை குறைவாக இருப்பதும், அது சார்ந்த தொழில் புரிவதற்கு நல்ல சந்தர்ப்பத்தைத் தருவதாக உணர்ந்தார்.

Metroplots.com என்கிற நிறுவனத்தை பிஜு தொடங்கினார். வீடோ அல்லது வீட்டு மனையோ வாங்க விரும்புபவர்களுக்குத் தக்க திட்டங்களைத் தேர்வு செய்வது, அதற்கான விலை பற்றிய பேச்சுவார்த்தை நடத்துவது, டெவலப்பருடன் ஒப்பந்தம் செய்வது, கடன் தரும் நிறுவனத்துடன் கடன் ஒப்பந்தம் செய்வது என அனைத்துச் சேவைகளையும் வாடிக்கையாளர்களுக்கு எந்தவிதச் செலவும் இன்றி Metroplots.com செய்துவருகின்றது. சென்னையில் தொடங்கி இன்று பெங்களூர், குர்காவோன், ஃபரிதாபாத் போன்ற பல நகரங்களில் இன்று அந்த நிறுவனம் விரிவடைந்துள்ளது. ஆரம்பித்ததுமுதல் இன்றுவரை மூன்றாண்டு களுக்கு உள்ளாக இருநூற்று ஐம்பதுக்கும் மேற்பட்ட பரிவர்த்தனை களைச் செய்து முடித்திருக்கிறது. ஏப்ரல் முடிவில் அவருடைய நிறுவனத்தில் சுமார் முப்பத்தைந்து பேர் வேலை பார்ப்பார்கள் என்று எதிர்பார்க்கிறார் பிஜு.

முதன்முதலாக Metroplots.com நிறுவனத்தில் அவர் சொந்த முதலீட்டாகச் செய்த தொகை சுமார் பத்து லட்சம் ரூபாய். அடுத்த கட்டமாக அவர் நிதி திரட்டியது ஏஞ்சல் முதலீட்டாளர் களிடமிருந்து. ஆமாம், யார் அந்த ஏஞ்சல் முதலீட்டாளர்கள்? அவர்களைப் பற்றிப் பார்ப்பதற்குமுன் நிறுவனத்துக்காக நிதி திரட்டும் முறைகள் பற்றி ஓரிரண்டு பொதுவான கருத்துக்கள். முதலாவது, தொழில்முனைபவர்கள் தாங்கள் நிதி திரட்டும் உத்தியை நன்கு தெளிவுபடுத்திக்கொள்ள வேண்டும். போருக்குச் செல்லும் படை, எதிராளியின் பலத்தையும் பலவீனத்தையும் நன்கு ஆராய்ந்து அதற்கு ஏற்பப் போரின் உத்தியைத் தீர்மானம் செய்தால்தான் போரில் வெற்றி பெற முடியும். நிதி திரட்ட முற்படும் தொழில்முனைபவர்கள், போருக்குச் செல்லும் வீரர்களைக் காட்டிலும் அதிகத் தயார் நிலையில் இருப்பது அவசியம். அப்போதுதான் பணச் சந்தை யிலிருந்து வெற்றிகரமாக நிதி திரட்டிக்கொண்டு திரும்பி வர முடியும்.

நல்ல முன்னேற்பாட்டுடன் இருந்தால்தான் முதலீட்டாளர்களின் நம்பிக்கையைப் பெற முடியும். முதலீட்டாளர்களிடமிருந்து பணம் பெறுவதற்குமுன் அவர்களுடைய நம்பிக்கையைப் பெற வேண்டும். நம்பிக்கை என்பது கேட்டுப் பெறும் பண்டமல்ல. அது கடுமையான, நேர்மையான உழைப்பின் காரணமாகப் பெறும் சம்பாத்தியம்.

யுவராஜ்:

நான் ஸ்ரீபெரும்புதூரில் இருக்கிறேன். பேப்பர் கப் செய்யும் பிசினஸ் தொடங்கலாம் என்றிருக்கிறேன். யாரைத் தொடர்பு கொள்ளலாம்?

அன்புள்ள யுவராஜ்,

என்ன ஒரு தற்செயல். உங்கள் கேள்விக்குப் பதில் எழுவதற்கு உட்காரும் முன் எதேச்சையாக மார்ச் 25 தேதி ஹிந்து பத்திரிகையைப் புரட்டிப் படித்துக்கொண்டிருந்தேன். அதில் வந்த விளம்பரம் ஒன்று என் கவனத்தை ஈர்த்தது. சென்னை, கிண்டியில் உள்ள இந்திய அரசு நிறுவனமான MSME Development Institute ஏப்ரல் 16-ம் தேதியிலிருந்து 20-ம் தேதி வரை பேப்பர் கப் மற்றும் தட்டுகள் செய்யும் பயிற்சி அளிக்கப்போவதாக அறிவிப்பு வெளியிட்டிருக்கிறார்கள்.

இந்தப் பயிற்சி உங்களுக்குப் பொருத்தமானதாக இருக்கலாம். மேலும் விவரங்களை அறிந்துகொள்ள 99403-18891, 98408-45935, 044-2250-1011 ஆகிய எண்களைத் தொடர்புகொண்டு அறிந்துகொள்ளலாம்.

அதே சமயம் ஒரு விஷயத்தை நீங்கள் கவனத்தில் கொள்ளவேண்டும். இந்தப் பயிற்சி இத்தொழிலைச் செய்வது பற்றி உங்களுக்கு நல்ல அறிவைத் தரக்கூடும். ஆனால் இன்று இதுபோன்ற தொழிலைப் பலர் செய்துவருகின்றனர். பத்தோடு பதினொன்று, அத்தோடு நீங்களும் ஒன்று என்கிற சூழ்நிலையில் நீங்கள் இருக்க விருப்பப்பட மாட்டீர்கள். மற்றவர்களிடமிருந்து நீங்கள் வேறுபட்டு இருக்கவேண்டும் என்றால், அதற்கு இத்தகைய பயிற்சி ஓர் அடிக்கல் மட்டுமே.

பயிற்சியில் பெற்ற அறிவை அடிப்படையாக வைத்து நீங்கள் உங்கள் சொந்த யோசனையைக் கொண்டு மெருகேற்றினால்தான் இவ்வாறு ஏனைய தொழில் செய்பவர்களிடமிருந்து வேறு பட்டுத் தனித்து நிற்க முடியும்.

உங்கள் தொழில் வெற்றி பெற என் மனமார்ந்த வாழ்த்துகள்.

இரண்டாவது, எப்போது எந்த வகை முதலீட்டாளர்களை அணுகவேண்டும் என்பது தெரிந்தால்தான் பலன் கிட்டும். தவறான மரத்தைப் பார்த்துக் குறைக்கும் நாய் ஒரு நல்ல வேட்டை நாயாகக் கருதப்படாது. அதுபோல், இடம், பொருள், ஏவல் உணர்ந்து செயல்பட்டால்தான் வெற்றிகரமாக நிதி திரட்ட முடியும். வெளி முதலீட்டாளர்களிடமிருந்து நிதி திரட்டும் போது பங்குகள் விற்பதைக் காட்டிலும் கடனாக நிதி திரட்டுவது மேல் என்பது பொதுவான கருத்து. ஏனெனில் கடன் திரட்டு வதற்கு நாட்கள் அதிகமாகாது. பங்கு முதலீட்டாளர்களைக் காட்டிலும் கடன் கொடுப்போர் கோரும் வருமானமும் குறைவு தான். கடன் பெறுவதால் தொழில்முனைபவர்கள் தங்கள் நிறுவனத்தின் உரிமையை விட்டுக்கொடுக்க வேண்டியதில்லை.

ஆனால், ஆரம்பகால நிறுவனங்கள் கடன் பெறுவது அவ்வளவு எளிதல்ல. உற்பத்தியில் ஈடுபடும் நிறுவனங்களுக்குக் கடன் கிடைப்பது சற்று எளிது. ஆனால், தொழில்நுட்ப அல்லது சேவை நிறுவனங்களால் ஆரம்பக்காலத்தில் நிதி நிறுவனங் களிடமிருந்து கடன் பெறுவது கடினம். முறைசாரா மூலங் களிலிருந்து கடன் பெறலாம், ஆனால் வட்டி விகிதம் கூரையைப் பிய்த்துக்கொண்டு போய்விடும்.

அதே சமயம், பிசினஸில் ஓரளவுக்கு வருவாய் இருந்தால்தானே வாங்கிய கடனுக்கு வட்டி கட்ட முடியும்? உங்கள் நிறுவனம் நிரந்தர வருவாய் பெறுவதற்குப் பல மாதங்கள் ஆகும் என்கிற பட்சத்தில் கடன் பெறுவது அவ்வளவு உசிதமல்ல. எளிதில் கிடைக்கிறது என்பதற்காகக் கடன் வாங்கிவிட்டால், பிறகு, கிணறு வெட்டப் பூதம் புறப்பட்ட கதை ஆகிவிடும்.

அதனால், தொழில்நுட்பம் மற்றும் சேவைத் துறையில் செயல்படும் ஆரம்ப நிலை நிறுவனங்கள் பங்குகளை விற்று நிதி திரட்டுவதே சிறந்தது. அவ்வாறு செய்ய முற்படும் இளம் தலைமுறை தொழில்முனைபவர்கள் பலரும் முதலில் அணுகுவது ஏஞ்சல் முதலீட்டாளர்களையே. அதைத்தான் பிஜுவும் செய்தார்.

19

உதவியா? உபத்திரவமா?

சரி, ஏஞ்சல் முதலீட்டாளர்கள் என்பவர்கள் யார்? அதைச் சற்று பார்ப்போம். ஆரம்ப நிலை கம்பெனிகளின் பங்குகளிலோ அல்லது அவை சார்ந்த கடன் பத்திரங்களிலோ முதலீடு செய்யும் பணக்கார முதலீட்டாளர்களையே ஏஞ்சல் இன்வெஸ்டர்ஸ் என்று அழைக்கிறோம். ஏன் இவர்கள் சிறு கம்பெனிகளில் முதலீடு செய்ய வேண்டும்? அவர்கள் உள்நோக்கம் என்ன?

சொல்கிறேன்.

ஏஞ்சல் முதலீட்டாளர்களை இரண்டு வகையாகப் பிரிக்கலாம். முதலாவது வகையினரை பிசினஸ் ஏஞ்சல்ஸ் என்று கூறலாம். இவ்வகை முதலீட்டாளர்கள் பரம்பரைப் பணக்காரர்களாக இருக்க வேண்டும் என்பதில்லை. சாதாரண நிலைமையில் பிறந்து, பின்னர் தொழில் முனைவராக உருவெடுத்து, அதில் அபார வெற்றி பெற்று, அதன்மூலம் பேரும், புகழும், பணமும் சம்பாதித்தவர்கள். ஆரம்ப நிலை நிறுவனங்களால் நிதி திரட்டுவது கடினம். பொருள் திரட்ட முடியாத

காரணத்தால் பல இளம் தொழில்முனைவர்கள் தங்கள் முயற்சியைக் கைவிட்டதுண்டு. அதைத் தவிர்க்கும் வகையில் வருங்காலத் தொழில்முனைபவருக்கு ஏதாவது ஒரு வகையில் உதவி செய்யவேண்டும் என்பதே இத்தகைய பிசினஸ் ஏஞ்சல்களின் பிரதான நோக்கம்.

தொழில் முனைந்து, அதை நன்கு வளர்ச்சி அடையச் செய்த ஆழ்ந்த அனுபவத்தால், பிசினஸின் வளர்ச்சிப் பாதையில் ஏற்படுகிற சிக்கல்களைப் பற்றியும், அதை அணுகுகின்ற முறைகள் பற்றியும் இவர்கள் நன்கு அறிவார்கள். இவ்வகை முதலீட்டாளர்கள் முதலீடு செய்வதோடு மட்டும் நின்றுவிடுவதில்லை. முதலீடு செய்தபின் அந்நிறுவனங்களின் உரிமையாளர்களுடன் தொடர்ந்து தொடர்புகொண்டு தேவையான உதவிகளை முடிந்தவரை செய்ய விருப்பப்படுவார்கள். இதைப் பல தொழில்முனைவர்கள் நிறுவனத்தின் நிர்வாகத்தில் தேவையற்ற குறுக்கீடு என்று தவறாக எடுத்துக்கொள்ள நேரிடலாம். ஆனால் பெரும்பாலான சூழ்நிலைகளில் அது உண்மையில்லை.

பிசினஸ் ஏஞ்சல்கள் நிஜமாகவே தாங்கள் முதலீடு செய்துள்ள கம்பெனிகளுக்கு உதவி செய்யவே நினைக்கிறார்கள். உபத்திரவமாக இருக்க விரும்புவதில்லை. தொழில்முனைவருடன் சுமுகமான உறவு இல்லை என்றால் அதனால் யாருக்கும் பிரயோஜனம் இல்லை. முதலீட்டாளர்கள் போட்ட முதலீடு வீணாவது மட்டுமின்றி, அவர்கள் உதவி செய்ய நினைத்த நிறுவனமும் வெற்றியடையாது. இதனால் பிசினஸ் ஏஞ்சல்கள், முதலீடு செய்வதற்கு முன்னரேயே அந்த நிறுவனத்தின் பிசினஸ் வசீகரத்தை ஆராய்வது மட்டுமில்லாமல் தங்களுக்கும் நிறுவன உரிமையாளருக்கும் ஒத்து வருமா என்பதையும் அலசி ஆராய்வார்கள்.

அதேபோல் தொழில்முனைபவர்களும் ஏஞ்சல் முதலீட்டாளர்களிடமிருந்து பணம் பெறுவதற்குமுன் தங்கள் மனப் பக்குவத்தையும் சற்று சுய மதிப்பீடு செய்துகொள்வது நல்லது. முதலீட்டாளர்கள் சொல்லும் கருத்துகளை தொழில் நன்மைக்கே என்று கருதி ஏற்றுக்கொள்ளும் மனப்பக்குவம் பெற்றிருக்க வேண்டும். அப்படி இல்லாமல், நான் ஆரம்பித்த நிறுவனத்துக்கு 'நானே ராஜா நானே மந்திரி' என்று கருதும் தொழில் முனைபவர்கள் ஏஞ்சல் முதலீட்டாளர்களிடமிருந்து நிதி

பெறாமல் இருத்தலே நல்லது. இல்லை என்றால் 'வழியிலே போன ஓணானை எடுத்துக் காதிலே விட்டுக்கொண்ட கதை' ஆகிவிடும்.

பிசினஸ் ஏஞ்சல்கள், தொழில்முனைவராக இருப்பதை தங்கள் வினைப் பயனாக நினைப்பவர்கள். தாங்கள் முன்பு தொடங்கிய நிறுவனத்தை விட்டு வெளியேறிவிட்டாலும் வேறு ஏதாவது ஆரம்ப நிலை நிறுவனத்தின் வளர்ச்சியில் கலந்துகொள்ள முடியுமா என்று துறுதுறுவென்று எதிர்பார்த்துக் கொண்டிருப்பார்கள். தம்மால் சாதிக்க முடியாததைத் தங்கள் குழந்தைகள் சாதிக்கவேண்டும் என்று பெற்றோர்கள் ஆசைப்படுவதில்லையா? அதேபோல்தான் பிசினஸ் ஏஞ்சல் முதலீட்டாளர்களும். தாம் தொடங்கிய நிறுவனம் சாதிக்க முடியாததை அவர்கள் முதலீடு செய்த நிறுவனமாவது சாதிக்கவேண்டும் என்று விரும்புவார்கள். ஆரம்ப நிலை நிறுவனங்களில் முதலீடு செய்யும்போது பிசினஸ் ஏஞ்சல்கள், தாங்களே மீண்டும் தொழில்முனைவராக மறுபிறவி எடுத்ததுபோன்ற உணர்வை அடைகிறார்கள்.

இரண்டாவது வகை ஏஞ்சல் இன்வெஸ்டர்களை, ஃபைனான்சியல் ஏஞ்சல்கள் என்று சொல்லலாம். இவர்கள் பெரும்பாலும் முனைப்பற்ற முதலீட்டாளர்களாகவே இருப்பர். முதலீடு செய்த நிறுவனத்தில் பிசினஸ் ஏஞ்சல்கள் போன்று அவ்வளவு ஈடுபாடு காட்டமாட்டார்கள். ஏனெனில் அதற்கான நேரம் அவர்களிடத்தில் இருக்காது அல்லது முதலீடு செய்த நிறுவனத்தின் பிசினஸ் பற்றிய நேரடி அனுபவம் இருக்காது. இவ்வகை முதலீட்டாளர்கள், உரிமையாளரின் திறன்மீதுள்ள முழு நம்பிக்கையின் பேரில்தான் முதலீடு செய்கிறார்கள். அதனால், நன்கு பரிச்சயமான நண்பர்கள் தொடங்கும் தொழிலில் அல்லது நெருங்கிய நண்பர்களின் சிபாரிசின் பேரில் வரும் கம்பெனிகளில் மட்டுமே முதலீடு செய்வார்கள்.

உங்கள் தேவைக்கு ஏற்ப உங்கள் முதலீட்டாளர்களைத் தேர்வு செய்யவேண்டும். பிஜுவும் அதையேதான் செய்தார். அவர் குடும்பத்தில் யாருக்கும் பிசினஸ் அனுபவம் இல்லை என்பதால், தன் கம்பெனியில் முதலீடு செய்பவர்கள் தனக்கு நல்ல ஆலோசகராகவும் வழிகாட்டியாகவும் இருக்கவேண்டும் என்று பிஜு விரும்பினார்.

2010-ம் ஆண்டு வெளியிலிருந்து நிதி திரட்ட முடிவு செய்தபோது அவர் முதலில் அணுகியது துணிகர நிதி நிறுவனங்களைத்தான். ஆனால் அவருக்குத் தேவைப்பட்ட நிதியின் அளவு அதிகமாக இல்லாததால் துணிகர நிறுவனங்கள் அவர் நிறுவனத்தில் முதலீடு செய்ய விருப்பம் காட்டவில்லை. பதிலாக ஏஞ்சல் முதலீட்டாளர்களை அணுகுமாறு சிபாரிசு செய்தனர். அந்தச் சமயத்தில்தான் 'சென்னை ஏஞ்சல்ஸ்' என்கிற அமைப்பு வடிவம் பெற்றிருந்தது. சென்னையிலும் அதன் சுற்று வட்டாரத்திலும் இருக்கும் பல இளம் தலைமுறை தொழில் முனைபவர்களுக்கு நிதியுதவி செய்யவேண்டும் என்கிற ஒருமித்த எண்ணம் கொண் டோர் சிலர் சேர்ந்து தொடங்கிய அமைப்புதான் 'சென்னை ஏஞ்சல்ஸ்.' நிதி திரட்டும் முயற்சியில் உள்ள தொழில்முனைப வர்கள் தங்கள் பிசினஸ் பிளானை 'சென்னை ஏஞ்சல்ஸ்' தலைமை நிர்வாகிகளிடம் கலந்து ஆலோசிக்கலாம். அதிலிருந்து முதலீட்டாளர்களின் விருப்பத்தை உணர்ந்துகொள்ளலாம்.

அத்தகைய ஒரு பிசினஸ் பிளான் ஆய்வுக்குப் பிறகு Metroplots.com நிறுவனத்தில் முதலீடு செய்ய 'சென்னை ஏஞ்சல்ஸ்' அமைப்பில் பலருக்கு விருப்பம் இருப்பதாக பிஜூ உணர்ந்தார்.

'அதில் நான்கு பேர் முதலீடு செய்வதாக ஒப்பந்தம் கையெழுத் தானது. இந்த நால்வரும் வெற்றிகரமான தொழில்முனைபவர் களாகத் திகழ்ந்தவர்கள். பிசினஸ் செய்வதில் அவர்களுக்கு இருந்த ஒட்டுமொத்த அனுபவம் என் நிறுவனத்தின் வளர்ச்சிக்கு மிகவும் பயனுள்ளதாக இருந்தது' என்றார் பிஜூ.

'எப்படி?'

'என் பிசினஸ் பிளானில் இருந்த ஒரு சில குறைகளை அவர் களால் எளிதில் சுட்டிக்காட்ட முடிந்தது. அதைச் சீர் செய்தது என் நிறுவனத்துக்கு நல்ல பயனைத் தந்தது.'

'உங்கள் முதலீட்டாளர்களிடமிருந்து எவ்வகையான உதவியை நீங்கள் எதிர்பார்த்தீர்கள்? உங்கள் எதிர்பார்ப்புகள் இந்நாள்வரை பூர்த்தியடைந்துள்ளதா?'

'கண்டிப்பாக. தினசரிப் பிரச்னைகளை முதலீட்டாளர்களிடம் எடுத்துச்செல்வது நன்றாக இருக்காது. தொலை தூரக் கண்ணோட்டத்தினால் செயல்படவேண்டிய விஷயங்களில் அவர்கள் அளித்த ஆலோசனைகள் எனக்கு மிகுந்த உதவியாக இருந்தது.'

ஏஞ்சல் முதலீட்டாளர்களும் வங்கிக் கடனும் - ஒரு பார்வை

- வங்கிகள் தங்கள் வாடிக்கையாளர்கள் அளித்த வைப்பு நிதியைக் கடனாக வழங்குகின்றன. ஆனால் ஏஞ்சல் முதலீட்டாளர்களோ தங்கள் சொந்தப் பணத்தை முதலீடு செய்கிறார்கள். அதனால் அவர்கள் நிதி தருவதற்குமுன் செய்யும் மதிப்பாய்வும் சற்று ஆழ்ந்ததாகவே இருக்கும்.
- முதலீடு செய்யும் கம்பெனிகளைத் தேர்ந்தெடுப்பதில் ஏஞ்சல் முதலீட்டாளர்கள் மிகவும் கவனமாகவே இருப்பார்கள். உதாரணமாக 'சென்னை ஏஞ்சல்ஸ்' ஆரம்பித்த முதல் மூன்று வருடங்களில் ஐந்து நிறுவனங்களில் மட்டுமே முதலீடு செய்துள்ளனர். ஆனால் வங்கிகள் கடன் கொடுப்பதோ இதைக் காட்டிலும் சற்று தாராளமாகவே இருக்கும்.
- பொதுவாகப் பார்த்தால் ஏஞ்சல் முதலீட்டாளர்களிடமிருந்து ஒரு சுற்றில் திரட்டும் நிதி சராசரியாக இருபது லட்ச ரூபாயைத் தாண்டாது. வங்கிகளிடமிருந்து இன்னும் அதிக அளவில் கடன் பெறலாம்.
- ஒரு காலத்தில், ஏஞ்சல் முதலீட்டாளர்கள் யார், அவர்களை எப்படி அணுகுவது போன்ற கேள்விகளுக்கு எளிதில் பதில் கிடைக்காது. ஆனால் கடந்த சில வருடங்களில் பல ஏஞ்சல் இன்வெஸ்டர்கள், இணையத்தளம் மூலம் தங்கள் முதலீடு செய்யும் நோக்கத்தை அனைவருக்கும் தெரியப்படுத்தியிருக் கிறார்கள். தொழில் முனைபவர்களுக்கு இது பெரிய அனுகூலமாக அமைந்துள்ளது.
- ஒரு சில ஏஞ்சல் இன்வெஸ்டர்களின் இணையத்தள விவரங்கள் இதோ: thechennaiangels.com, yournest.in, myfirstcheque.com, www.kuruvindum.com

'முதலீட்டாளர்களிடமிருந்து குறுக்கீடாக நீங்கள் ஏதேனும் உணர்ந்தீர்களா?'

'எனக்கு எப்போதுமே அவ்வாறு தோன்றியதில்லை. அவர்கள் எனக்கு ஆலோசனை மட்டுமே கூறினார்களே தவிர, அவர்கள்

சொன்னதைத்தான் செய்யவேண்டும் என்று ஒருபோதும் என்னை வற்புறுத்தியதில்லை.'

செப்டெம்பர் 2010-ல் முதல் சுற்று நிதியைத் திரட்டிய பிஜூ, பிப்ரவரி 2012-ல் தன் இரண்டாவது சுற்று நிதியை மறுபடியும் 'சென்னை ஏஞ்சல்ஸ்' அமைப்பிடமிருந்தே திரட்டினார். இதைப் பற்றிக் கூறிய பிஜூ, 'நான் முதல் சுற்றில் நிதி திரட்டியது என் பிசினஸ் கருத்தாக்கத்தை நிரூபிப்பதற்காக. இரண்டாவது சுற்றில் நிதி திரட்டியது பிசினஸ் வளர்ச்சிக்காக. இரண்டாவது சுற்று நிதியைக் கொண்டே இன்று பெங்களூர், ஃபரீதாபாத், குர்காவோன் போன்ற நகரங்களில் கிளைகளை நிறுவ முடிந்தது' என்றார்.

'மொத்த நிதியையும் ஒரே தடவையில் திரட்டியிருக்கலாமே? இரண்டாவது சுற்று நிதி, ஒருவேளை கிடைத்திருக்காவிட்டால் உங்கள் பாடு திண்டாட்டம் ஆகியிருக்குமே?' என்றேன்.

'என்னுடைய பிசினஸ் கான்செப்டில் எனக்கு நம்பிக்கை இருந்தது. முதல் சுற்றில் நிதி பெற்றபிறகு முதலீட்டாளர்கள் எங்களுக்கு வைத்திருந்த இலக்கை எங்களால் அடைய முடிந்தது. அதனால் இரண்டாவது முறை 'சென்னை ஏஞ்சல்ஸ்' அமைப்பிலிருந்து நிதி திரட்டுவது அவ்வளவு கடினமாக இல்லை. மேலும், முதல் சுற்று நிதி திரட்டியதன்மூலம் அடைந்த வளர்ச்சியின் காரணமாக எங்களுடைய நிறுவனத்தின் மதிப்பீடும் அதிகமானது. அதனால் இரண்டாவது தடவை நிதி திரட்டியபோது பங்குரிமையில் குறைந்த அளவே விட்டுக் கொடுக்க வேண்டியிருந்தது. ஒரே சுற்றில் அனைத்து நிதியையும் திரட்டியிருந்தால் பங்குரிமையில் நாங்கள் அதிக சதவிகிதம் விட்டுக்கொடுக்க வேண்டியிருந்திருக்கும்' என்றார்.

'ஏஞ்சல் முதலீட்டாளர்களிடமிருந்து வெற்றி கரமாக நிதி திரட்ட நீங்கள் கூறும் ஆலோசனை என்ன?' என்று அவரிடம் கேட்டேன்.

'ஏஞ்சல் இன்வெஸ்டர்கள் மிகவும் மும்முரமாக இருப்பவர்கள். அதனால் விடாப்பிடியாகத் தொடர்ந்து அவர்களை அணுகினால் தான் வெற்றிகரமாக நிதி திரட்ட முடியும். அளவுக்கு அதிகமாகப் பணம் கேட்காமல் தேவையான அளவுக்கு மட்டுமே நிதி திரட்ட வேண்டும்' என்பதுதான் அவருடைய பதில்.

20

இன்குபேஷன்

‘இந்தியாவின் ஆன்மா அதன் கிராமங்களில்தான் வாழ்கிறது’ என்றுகூறினார் மகாத்மா காந்தி. அது எவ்வளவு உண்மை! கிராமப்புறங்களில் வாழும் கைவினைக் கலைஞர்கள் அந்தந்த இடங்களில் கிடைக்கும் பண்டகங்களைக் கொண்டு வடிவமைக்கும் பொருட்கள்தான் எத்தனை எத்தனை. ஆனால் அவற்றுள் பல இன்று போதுமான ஆதரவு இல்லாததால் மடிவடையும் தருவாயில் இருக்கின்றன. அதை எப்படியாவது தடுக்கவேண்டும். கிராமப் புறங்களில் ஒளிந்துகொண்டிருக்கும் கைவினைத் திறனை இவ்வுலகுக்கு வெளிக்கொண்டுவர வேண்டும். உள்ளூரில் கிடைக்கும் பொருள்களைக் கொண்டே பலருக்கும் பயன்படும் பொருட்களைத் தயாரித்து வழங்கவேண்டும் என்கிற எண்ணத்துடன் தன் நிறுவனத்தை ஆரம்பித்தவர்தான் ஸ்ரீஜித்.

அவரைப்பற்றி ஒருசில வரிகள். இவர் கேரள மாநிலத்தில் உள்ள திருச்சூர் பகுதியைச் சேர்ந்தவர். அவருடைய தாயார் பள்ளி ஆசிரியர். தந்தை மத்திய அரசு நிறுவனத்தில் பணியாற்றி வந்தார். ஆக, நாம் இந்தப் புத்தகத்தில் சந்தித்த பலரைப் போன்று இவர்

குடும்பத்திலும் யாரும் பிசினஸில் இருந்ததில்லை. 2000-ம் ஆண்டு திருச்சூரில் உள்ள அரசு பொறியியல் கல்லூரியில் தன் படிப்பை முடித்தார். படிப்பு முடிந்ததும் அவர் கொச்சி கப்பல் கட்டும் துறையில் மேலாண்மைப் பயிற்சி பெறுபவராக வேலைக்குச் சேர்ந்தார்.

அவர் வாழ்ந்த சூழ்நிலை, தொழில்முனைவதை அவ்வளவாக ஆதரிக்கவில்லை. ஆனால் அவர் மனத்திலோ, தனியாக ஏதேனும் தொழில் செய்யவேண்டும் என்ற எண்ணம் இருந்து கொண்டே இருந்தது. இதைப்பற்றி ஸ்ரீஜித் கூறும்போது, 'என்னுடைய குடும்பத்தில் யாரும் தனியாகத் தொழில் தொடங்கியதில்லை. இதனால் நான் சொந்தமாகத் தொழில் செய்யப்போகிறேன் என்கிற எண்ணத்துக்கு எதிர்ப்பு இல்லை என்றாலும், வரவேற்பும் மந்தமாகவே இருந்தது. பொதுவாக நான் பிறந்து வளர்ந்த சமுதாயத்தில் தொழில்முனைபவரைக் காட்டிலும் வேலைக்குச் செல்பவர்களையே உயர்த்திப் பார்ப்பார்கள்.'

இந்நூற்றாண்டின் ஆரம்பம்வரை பெரும்பாலும் தொண்டு நிறுவனங்கள், கிராமப்புற வளர்ச்சி போன்ற நடவடிக்கைகள் அறப்பணி என்கிற கோணத்திலேயே கருதப்பட்டன. ஆனால் இன்றோ அப்படி இல்லை. தொண்டு நிறுவனங்கள் தனியார் துறை நிறுவனங்களைப் போன்று தகுந்த நிபுணர்களாலும் வல்லுனர்களாலும் நிர்வாகம் செய்யப்படுகின்றன. சமூகத் தொழில்முனைதல் என்கிற கருத்தாக்கம் நன்றாக வேரூன்றி இருக்கிறது. தொண்டு மற்றும் வளர்ச்சிப் பணிகளில் இத்தகைய பரிமாணம் நிகழப்போவதை 2000-வது ஆண்டிலேயே உணர்ந்தார் ஸ்ரீஜித். அதனால் தன்னுடைய பட்டப்படிப்பின் இறுதியில் கிராமிய வளர்ச்சி போன்ற துறைகளில் ஈர்க்கப் பட்டார். இது சார்ந்த துறைகளில் ஏதேனும் தொழில் தொடங்க ஆசைப்பட்டார்.

ஆரம்பநிலை நிறுவனங்களுக்கு நிதி திரட்டுவது பற்றிக் கடந்த சில அத்தியாயங்களில் பார்த்து வருகிறோம். சமீபத்திய வருடங் களில் பலதரப்பட்ட நிதித்திட்டங்கள் பெருகியிருந்தாலும் முறைசார்ந்த முதலீட்டாளர்களிடமிருந்து (வங்கிகள், நிதி நிறுவனங்கள் மற்றும் துணிகர நிறுவனங்கள்) முதலீடு பெறும் ஆரம்பநிலை நிறுவனங்கள் மிகவும் குறைவுதான். மத்திய அரசின் குறுகிய, சிறிய மற்றும் நடுத்தர நிறுவனங்களின்

கணக்கீட்டின்படிப் பார்த்தால் வெறும் 10 சதவிகித நிறுவனங்களே முறைசார்ந்த முதலீட்டாளர்களிடமிருந்து நிதி பெறுவதில் வெற்றி அடைந்திருக்கின்றன. மற்ற 90 சதவிகித நிறுவனங்கள், உரிமையாளர்களின் சுயமுதலீட்டை மட்டுமே பெற்றிருக்கின்றன.

இதிலிருந்து என்ன தெரிகிறது? இன்றைய தாராளமயமான, பொருளாதாரச் சீர்திருத்தச் சூழலிலும்கூட சிறிய நிறுவனங்களுக்கு முறைசார்ந்த நிதி நிறுவனங்களிலிருந்து முதலீடு பெறுவது கடினமாகவே இருக்கிறது.

எவ்வளவுதான் புதிய கடன் திட்டங்கள் அமலாக்கப்பட்டாலும், பல தரப்பட்ட அடிப்படைக் காரணங்களால் ஒரு சில துறைகளில் உள்ள நிறுவனங்களால் மட்டுமே ஆரம்பநிலையில் கடன் திரட்ட முடிகிறது. ஆகையால், கடன் வசதிகளோடு கூட பங்குகள் மூலமாகவோ அல்லது மானியங்கள் மூலமாகவோ (குறிப்பாக அறிவியல், தொழில் நுட்பம் சார்ந்த புதிய கண்டுபிடிப்புகளை மையமாக வைத்து ஆரம்பிக்கப்படும் நிறுவனங்களுக்கு) ஆரம்ப நிலை கம்பெனிகளில் முதலீடு செய்யும் திட்டங்கள் பலவற்றை அரசு வடிவமைத்துள்ளது. அதில் ஒன்றுதான் 'இன்குபேஷன்' திட்டங்கள்.

தாய்ப் பறவை முட்டையின்மீது உட்கார்ந்து அடை காத்தலைத் தான் 'இன்குபேஷன்' என்று அகராதி கூறுகிறது. மருத்துவ மனையில் குறைப்பிரசவத்தில் பிறக்கும் குழந்தைகளை அவர்கள் சற்று வலிமை பெறும்வரை வைத்திருக்கும் சாதனத்தையும் 'இன்குபேட்டர்' என்று கூறுவார்கள். தாய்ப் பறவை முட்டைகளை எவ்வளவு கவனமாக அடை காக்கிறதோ, இன்குபேட்டர் சாதனம் குழந்தைகளை எவ்வளவு பாதுகாப்பாக வைத்திருக்கிறதோ, அதே மாதிரி இத்தகைய 'இன்குபேஷன்' திட்டங்களின் முதன்மை நோக்கம், தாம் ஆதரிக்கும் ஆரம்ப நிலை நிறுவனங்களுக்கு அவை ஓரளவு வளரும்வரை அவர்களுக்கு த் தேவையான அனைத்து உதவிகளையும் செய்து, அந்நிறுவனங்களை வெற்றிப் பாதைக்கு இட்டுச் செல்வதுதான்.

கிராமிய வளர்ச்சியில் மிகவும் ஆர்வமாக இருந்த ஸ்ரீஜித், அத்துறையில் தொழில் தொடங்குவதற்குமுன் அது சம்பந்தப்பட்ட முதுகலைப் படிப்பைப் படிக்க முடிவு செய்தார். மதுரையில் டாடா நிறுவனமும் 'தன்' அறக்கட்டளையும்

இணைந்து தொடங்கிய 'டாடா-தன்' கலைக்கழகத்தில் அபிவிருத்தி மேலாண்மையில் முதுகலைப் பட்டயப் படிப்பை முடித்தார். 2002-ம் ஆண்டில் தன் படிப்பை அவர் முடித்தாலும், ஒரு தொழில்முனைபவராக உருவெடுப்பதற்கு அவருக்கு மேலும் ஐந்து வருடங்கள் ஆயின.

இதில் முக்கியமாக நான் கோடிட்டுக் காட்ட விரும்புவது இந்த இடைப்பட்ட ஐந்து வருட காலத்தில் அவர் தன் குறிக்கோளான தொழில்முனைவராகும் லட்சியத்தைக் கைவிடாததுதான். வளைந்து வளைந்து செல்லும் ஆறு, கடலைச் சென்று அடைவ தற்குத் தாமதமானாலும் இறுதியில் கடலில் சென்று சேருவதைப் போல ஸ்ரீஜித்தும் காலம் தாழ்ந்தாலும் எண்ணம் தளராமல் தொழில் முனைவர் ஆகும் சிகரத்தை எட்டிப் பிடித்தார்.

முதுகலைப் பட்டயப் படிப்பு முடித்தவுடன் அவர் 'வைகை வட்டாரக் களஞ்சியம்' என்கிற அமைப்பில் மூன்று வருடங்கள் நிர்வாக இயக்குனராகப் பணியாற்றினார். இந்த அமைப்பு கிட்டத்தட்ட முன்னூறு சுய உதவிக் குழுக்களையும் நான்காயிரம் உறுப்பினர்களையும் கொண்டதாக இருந்தது. இவ்வமைப்பில் பணியாற்றியது ஸ்ரீஜித்துக்கு இந்திய கிராமிய வாழ்வு முறை பற்றி நல்ல ஒரு புரிதலைக் கொடுத்தது. களஞ்சியத்தின் நிர்வாக இயக்குனராக இருந்தபோது அவர் உறுப்பினர்களுக்கு வருவாய் ஈட்டும் பல வாய்ப்புகளை உருவாக்கி அதன்பேரில் கடன் வழங்குவதில் நல்ல வெற்றி கண்டார்.

இந்தச் சமயத்தில்தான் மிகவும் பிரபலமான இந்திய மேலாண்மைச் சிந்தனையாளரான சி.கே.பிரகலாதின் 'Bottom of the Pyramid' என்கிற கருத்து பெரும் தாக்கத்தை ஏற்படுத்தி யிருந்தது. பன்னாட்டு நிறுவனங்கள், கிராமங்களில் வாழ்பவர் களைத் தங்கள் நுகர்வோர்களாகப் பார்க்க ஆரம்பித்தனர். ஆனால் ஸ்ரீஜித், கிராமங்களில் வாழ்பவர்களை வழங்குநர் என்ற கோணத்தில் காண ஆரம்பித்தார். கிராமங்களுக்கும் நகரங் களுக்கும் இடையேயான பண்டகப் போக்குவரத்தை இருவழியாக மாற்றினால்தான் அது கிராமிய வளர்ச்சியில் ஒரு புரட்சியை ஏற்படுத்தும் என்பது ஸ்ரீஜித்துக்குத் தெரிந்தது.

சுயமுதலீட்டுக்கு அடுத்தபடியாக ஆரம்ப நிலை நிறுவனங்களின் பங்குகளில் முதலீடு செய்யும் ஏஞ்சல் முதலீட்டாளர்கள் பற்றி

கேள்வி: நான் 20 வருடங்களாக எலக்ட்ரானிக் சர்வீஸில் இருக்கிறேன். ஒரு நல்ல செல்போன் சர்வீஸ் ஷோ ரூம் வைக்கலாம் என்று நினைக்கிறேன். சென்னையில் எங்கு வைக்கலாம்? எனக்கு அது தொடர்பான விவரங்கள் தேவை.

பதில்: 'இராமனில் எத்தனை இராமனடி' என்றுகூறுவதுபோல் இன்று மொபைல் போனில்தான் எத்தனை ரகங்கள், எத்தனை வகைகள்! ஆயிரம் ரூபாயிலிருந்து லட்ச ரூபாய்வரை இன்று மொபைல் போன்கள் கிடைக்கின்றன. மாளிகையில் வசிக்கும் கோடீஸ்வரர்களிடமிருந்து சாதாரண மக்கள்வரை பயன்படுத்தும் ஒரு சாதனமாக, சமுதாயத்தில் உள்ள ஏற்றத் தாழ்வுகளைச் சமன் செய்யும் ஓர் உன்னதக் கருவியாக இன்று மொபைல் போன் இருக்கிறது. இந்தியாவின் மொபைல் போன் துறை வளர்ச்சி உலக அளவில் மூக்கில் விரல் வைத்து வியக்க வைக்கும் ஒரு வளர்ச்சி.

எந்த மாதிரியான மொபைல் போனை விற்க நீங்கள் விரும்புகிறீர்கள் என்பதை நீங்கள் முதலில் முடிவு செய்யவேண்டும். விலை உயர்ந்த போனா அல்லது பட்ஜெட் மாடலா? விலை உயர்ந்த போன் என்றால் அதை உபயோகிக்கும் வாடிக்கையாளர்கள் வருகை தரும் இடங்களான ஆடம்பர அங்காடிகளில் உங்கள் கடை இருக்கவேண்டும். பட்ஜெட் மாடல் என்றால் சாதாரண மக்கள் அல்லது மாணவர் கூட்டம் அதிகமாக இருக்கும் இடங்களில் உங்கள் கடை இருக்கவேண்டும்.

சர்வீஸ் கடையிலிருந்து மொபைல் ஷோ ரூமுக்கு உயரப் போகும் உங்களுக்கு என் மனமார்ந்த வாழ்த்துகள்.

ஏற்கெனவே பார்த்தோம். இன்குபேட்டர் அமைப்புகள், ஏஞ்சல் முதலீட்டாளர்களுக்கும் முன்னதாக முதலீடு செய்யக்கூடியவை. அதாவது இவை, தவழும் நிலையில் இருக்கும் தொழில் முனைவர்களுக்கு ஆதரவளித்து அவர்களுடைய பிசினஸ் பிளானைச் செறிவுபடுத்தி ஏஞ்சல் இன்வெஸ்டர்கள் அல்லது துணிகர முதலீட்டாளர்களிடமிருந்து அடுத்தகட்ட நிதியைப் பெறத் தயார்ப்படுத்தும் அமைப்புகள்.

இன்குபேட்டர் இயக்கங்களுக்கும் ஏஞ்சல் முதலீட்டாளர்களுக்கும் இடையே பல வித்தியாசங்கள் உண்டு. சராசரியாகப் பார்த்தோமானால் இன்குபேட்டர் இயக்கங்கள் செய்யும் முதலீடு, ஏஞ்சல் இன்வெஸ்டர்கள் செய்யும் முதலீட்டோடு ஒப்பிடும்போது குறைவாகவே இருக்கும். இன்குபேட்டர் அளிக்கும் நிதி உதவி பத்து லட்ச ரூபாயைத் தாண்டாது. ஏஞ்சல் இன்வெஸ்டர்கள், தனிநபர் முதலீட்டாளர்கள். ஆனால் இன்குபேட்டர்களுக்குப் பின்னால் ஒரு நிறுவனம் இருக்கும். இன்று இந்தியாவில் அரசு உதவியுடன் தொடங்கப்பட்டுள்ள இன்குபேட்டர் அமைப்புகள் பல கல்லூரிகளிலும் பல்கலைக் கழகங்களிலும் நிறுவப்பட்டிருக்கின்றன.

இன்குபேட்டர் இயக்கங்கள் நிதி உதவி செய்வதோடு மட்டுமல்லாமல், தாங்கள் ஆதரிக்கும் தொழில்முனைபவர்கள் தம் நிறுவனத்தை இயக்குவதற்குத் தேவையான சகல வசதிகளையும் அளிக்கின்றன. அலுவலக அறை, மின்சாரம், தண்ணீர், இணைய வசதி, கல்லூரியுடன் இணைந்துள்ள ஆய்வக வசதிகள், கல்லூரிப் பேராசிரியர்களுடன் ஆலோசனை செய்யும் வாய்ப்புகள் போன்ற பல வசதிகள் இன்குபேட்டர் அமைப்புகளில் கிடைப்பதால் தொழில்முனைவர்கள் அங்குமிங்கும் அலைய வேண்டியிராமல் தங்கள் நிறுவனத்தின் வளர்ச்சியில் அதிகக் கவனம் செலுத்த முடிகிறது.

என்ன பிசினஸ் செய்யலாம் என்று நினைத்துக்கொண்டிருந்த ஸ்ரீஜித்துக்கு முதலில் தோன்றிய யோசனை கிராமிய BPO நிறுவனம். ஆனால் அத்தகைய நிறுவனம் ஒன்று ஏற்கெனவே செயல்பட்டு வந்ததால் அந்த யோசனையை அவர் கைவிட்டார். அதன் பின்னர் கிராமங்களில் வாழும் கைவினைக் கலைஞர்களுக்குப் பயிற்சி அளிக்கும் ஓர் இயக்கத்தில் பணியாற்றினார். அப்போது ஒரு தடவை தஞ்சாவூர் பகுதியில் உள்ள கிராமங்களுக்குச் செல்ல நேரிட்டது. ஒவ்வொரு தொழில்முனைபவரின் வாழ்க்கையிலும், தக்க தொழில் தொடங்கும் யோசனையைத் தந்த பொறி தட்டும் தருணம் (Defining moment) ஒன்று இருக்கும். அத்தகைய ஒரு பொறி தட்டும் தருணம் ஸ்ரீஜித்துக்கு அந்தத் தஞ்சாவூர் பயணத்தின்போது ஏற்பட்டது.

21

வெற்றிக்கு அடிக்கல்

தமிழ்நாட்டின் நெற்களஞ்சியம் என்று போற்றப் படும் தஞ்சாவூர் மாவட்டம், நெசவுத் தொழிலுக்கும் பெயர் போனது. ஒரு காலத்தில் தஞ்சாவூர் மாவட்டத்தில் நெய்த பருத்திப் புடைவைகள் மிகவும் பிரபலமாக இருந்தன. கிராமப் புறங்களில் வாழும் கைவினைக் கலைஞர்களுக்குப் பயிற்சி அளிக்கும் நிறுவனத்தில் ஸ்ரீஜித் பணி செய்துகொண்டிருக்கும்போது அரசு அலுவலர் ஒருவருடன் தஞ்சாவூர் மாவட்ட கிராமங்களில் உள்ள நெசவுத் தொழிலாளர்களுடன் ஒருங்கிணைப்பு நடந்தது.

அதை அவர் நினைவுபடுத்திக் கூறும்போது, 'ஒவ்வொரு கிராமத்திலும் நாங்கள் கண்டதில் சிறிதும் வேறுபாடில்லை. பல நெசவுத் தொழிலாளர்கள் மிகவும் நலிந்த நிலையில் இருந்தனர். அவர்கள் உருவாக்கிய சேலைகள் விற்காததால் மிகவும் சோர்ந்துபோயிருந்தனர். நெசவுத் தொழிலுக்குக் கொஞ்சமும் எதிர்காலம் இல்லை என்ற விரக்தியில் இருந்தனர். அப்படி ஒரு கிராமத்தைப் பார்த்துவிட்டுத் திரும்பும்போது

அங்கு வசித்த நெசவாளர்கள் விசிடிங் கார்ட் ஒன்றை எடுத்துக்கொண்டு எங்களிடம் வந்தார்கள். 'இதப் பாரு தம்பீ. உங்களை மாதிரித்தான் கொஞ்ச நாள் முன்னாள் இந்த அம்மா வெளி நாட்டிலிருந்து வந்தாங்க. நாங்க நெஞ்ச புடவையின் தரமும் வடிவமைப்பும் அவங்களுக்கு ரொம்பப் புடிச்சுப் போச்சு. அவங்க கேட்கும்போதெல்லாம் அவங்களுக்கு நாங்க நெஞ்ச புடைவைங்கள அனுப்பி வைக்க முடியுமான்னு கேட்டாங்க' என்றனர்.

'அந்தத் தருணம்தான் என்னுடைய நிறுவனம் ஆரம்பிப்பதற்கு ஒரு கருவாக இருந்தது. இந்தியக் கைவினைக் கலைஞர்களின் கைநுணுக்கமும் அவர்கள் உருவாக்கும் பொருள்களும் என்றென்றைக்கும் நிலைத்து நிற்கும் தன்மை வாய்ந்தது. ஆனால் அவர்கள் கண்டுகொள்ளாமல் விட்டது ஒன்று மட்டும்தான். காலத்திற்கேற்ப அவர்கள் உருவாக்கும் பொருட்களைப் புதுப்பிக்காததுதான்' என்றார் ஸ்ரீஜித்.

இன்று இந்தியாவில் கைத்தறி மற்றும் கைவினைப் பொருட் களைக் கலைஞர்களிடமிருந்து வாங்கி அதை நகரங்களிலோ அல்லது மேல்நாடுகளுக்கோ ஏற்றுமதி செய்யும் தொழிலில் பல நிறுவனங்கள் இறங்கியிருக்கின்றன. ஆனால் கைவினைக் கலைஞர்களின் வாழ்வாதாரத்தைக் காப்பாற்றுவதற்கும் கலையை வளர்ப்பதற்கும் இது மட்டும் போதாது. ஆரம்பத்தி லிருந்து முடிவு வரை அவர்களுக்குத் தேவையான அனைத்துச் சேவைகளையும் - அதாவது வாடிக்கையாளர்களின் ஆர்டர் களைப் பெறுவது, அதற்கேற்ப அவர்களுக்குத் தரமான மூலப் பொருட்களை வரவழைத்துக் கொடுப்பது, இன்றைய தேவைக் கேற்ற வடிவமைப்பு முறைகளைப் பின்பற்றுவது, தயாரான பொருட்களைத் தரம் பார்த்து வாடிக்கையாளர்களிடம் கொண்டு சேர்ப்பது - என அனைத்தையும் அளிப்பதற்கு நல்லதொரு பிசினஸ் சந்தர்ப்பம் இருப்பதாக ஸ்ரீஜித் உணர்ந்தார். உடனே அத்தகைய ஒரு நிறுவனத்தைத் தொடங்கும் முயற்சியில் ஆயத்தமானார்.

நிறுவனம் ஆரம்பிப்பதற்கு முடிவு செய்துவிட்டீர்கள். முதலில் என்ன தேவை? ஆரம்ப முதலீடும் பிறருக்குச் சொல்ல ஒரு விலாசமும் தேவை. நீங்கள் ஸ்ரீஜித் போன்ற ஒருவர் என்றால் இவ்விரண்டு வசதிகளையும் பெற நீங்கள் இன்குபேட்டர் நிறுவனங்களை நாடலாம்.

ஜூலை 2007-ல் ஐஐடி சென்னையில் இயங்கிக்கொண்டிருந்த கிராமியத் தொழில்நுட்பத் தொழில் இன்குபேட்டர், ஸ்ரீஜித்தை ஆதரிப்பதற்கு ஒப்புக்கொண்டது. அதன்மூலம் ஸ்ரீஜித் ரோப் (ROPE - Rural Outsourced Production Enterprise) என்கிற தன் நிறுவனத்தைத் தொடங்கினார். இன்குபேட்டர் அமைப்பி லிருந்து அவருக்கு ஐந்து லட்சம் ரூபாய், விதை மூலதனமாகக் கிடைத்தது. அது மட்டுமின்றி அந்த இன்குபேட்டரின் அலுவலக இடத்திலிருந்து ஸ்ரீஜித் அவருடைய நிறுவனத்தை நடத்த முடிந்தது. வெளியில் வாடகை இடம் தேடி அங்குமிங்கும் அலையத் தேவையில்லாமல், நல்லதொரு அலுவலக விலாசத்தை இன்குபேட்டர் நிறுவனம் அவருக்குக் கொடுத்தது.

நிறுவனம் ஆரம்பித்தவுடன் செய்யவேண்டிய முதல் காரியங் களுள் ஒன்று அதைப் பதிவு செய்வது. Proprietorship முறையில் நிறுவனத்தைப் பதிவு செய்வது மிகவும் எளிது. ஸ்ரீஜித்தும் தன் நிறுவனத்தை முதலில் அப்படியே பதிவு செய்தார். ஆனால் அப்படிப் பதிவு செய்தால், முதலீட்டாளர்களிடமிருந்து நிதி திரட்டுவது கடினம். அதனால் முதலீடு பெறும்போது, நிறு வனத்தை ஒரு லிமிடெட் கம்பெனியாக மாற்றவேண்டும். ஸ்ரீஜித்தும் அதையேதான் செய்தார். டிசம்பர் 2007-ல் ரோப் நிறுவனத்தை ஒரு தனியார் லிமிடெட் கம்பெனியாக மாற்றினார்.

வருங்கால தொழில்முனைபவர்களுக்கு நான் கூறுவது இது தான். ஆரம்பத்திலேயே உங்கள் நிறுவனம் கம்பெனி வடிவில் தான் இருக்கவேண்டும் என்பதில்லை. நிறுவனம் வளர வளர, வெளி முதலீட்டாளர்களின் தேவைக்கு ஏற்ப அதனை மாற்றிக்கொள்ளலாம்.

'இன்குபேட்டர் நிறுவனம் உங்களுக்கு எவ்விதமான பலன் களைத் தந்தது?' என்று ஸ்ரீஜித்திடம் கேட்டேன்.

'இன்குபேட்டர் நிலையத்தில் நாங்கள் இயங்கியதால் வங்கிக் கணக்கு தொடங்குவதிலிருந்து அரசாங்க ஏற்றுமதிப் பதிவு எண் பெறுவதுவரை அனைத்தையும் எங்களால் எளிதில் செய்ய முடிந்தது.'

'உதாரணம்...'

'பிசினஸ் ஆரம்பித்தவுடன், ரோப் நிறுவனம் அளிக்கும் சேவைகளைப் பல இணையத்தளங்களில் பதிவு செய்ய

ஆரம்பித்தேன். ஆரம்பித்த இரண்டாவது மாதத்திலேயே நியூ யார்க் நிறுவனம் ஒன்று எங்களை அணுகியது. ரோப் அப்போது மிகச் சிறிய நிறுவனம். நாங்கள் ஐஐடியில் உள்ள இன்குபேஷன் அமைப்பிலிருந்து வந்ததால் மட்டுமே எங்கள் நிறுவனத்தின்மீது நம்பிக்கை வைத்து அவர்களால் ஆர்டர் கொடுக்க முடிந்தது.'

'அது மட்டும்தானா?'

'இல்லை, இது மாதிரி இன்னும் பல நிகழ்ச்சிகளை அடுக்கிக் கொண்டே போகலாம். அதில் குறிப்பாக இரண்டு, மூன்று நிகழ்ச்சிகளை எடுத்துக்காட்டாகக் கூறுகிறேன். மேலே கூறிய நியூ யார்க் நிறுவனத்திடமிருந்து ஆர்டர் வந்த பிறகுதான் தெரிந்தது, தயாரான பொருட்களை இந்தியாவிலிருந்து ஏற்றுமதி செய்வதற்கு DGFT (Directorate General of Forein Trade) என்ற அரசு அமைப்பில் பதிவு செய்திருக்கவேண்டும். அவ்வாறு பதிவு செய்து பதிவு எண்ணைப் பெறுவதற்குப் பல வாரங்கள் ஆகும். ஆனால் வாடிக்கையாளருக்கோ அந்தப் பொருட்கள் உடனடியாகத் தேவைப்பட்டன. சிறிய நிறுவனமான ரோப்புக்கோ அந்த முதல் ஆர்டர் மிகவும் முக்கியமானது. நான் நேரடியாக DGFT அலுவலரைச் சென்று பார்த்தேன். நான், ஐஐடி இன்குபேட்டர் நிறுவனத்தில் ஆதரவு பெறும் தொழில் முனைபவர் என்றும், என் பிசினஸ் சூழ்நிலையையும் எடுத்துக் கூறி, உடனடியாக ஏற்றுமதி செய்ய அனுமதி தரும் பதிவு எண்ணை அளிக்குமாறு வேண்டிக்கொண்டேன். என் வேண்டுதலைப் பொறுமையாகக் கேட்டுக்கொண்ட அலுவலர் அன்று மாலையே நாங்கள் அந்தப் பதிவு எண்ணைப் பெற வழி செய்தார். தனியாளாகச் சென்றால் என்னால் அதை அவ்வளவு வேகமாகப் பெற்றிருக்க முடியுமா என்பது சந்தேகம்தான். இன்குபேட்டர் அமைப்பு, எங்கள் நிறுவனத்துக்குச் சமுதாயத்தில் ஒரு உயரிய அந்தஸ்தைக் கொடுத்தது.'

'ம்ம்ம்ம்...'

'இன்குபேஷன் நிலையத்தில் இருந்தது, பிறரிடமிருந்து முதலீடு பெறுவதற்கும் மிகவும் உதவியாக இருந்தது. நாங்கள் இன்குபேட்டர் நிலையத்திலிருந்து பெற்ற தொகை ஐந்து லட்சம்தான் என்றாலும், அதைத் தொடர்ந்து வேறு இரண்டு அமைப்புகளிடமிருந்து அதைப் போன்று எட்டு மடங்கு முதலீட்டை எங்களால் பெற முடிந்தது. அது மட்டுமின்றி,

ஆரம்பித்த இரண்டு வருடங்களுக்குள் இன்னும் அதிகமான ஒரு முதலீட்டை ஓர் ஏஞ்சல் முதலீட்டாளரிடமிருந்து எங்களால் பெற முடிந்தது. ஏப்ரல் 2011-ல் Ventureast என்கிற துணிகர முதலீட்டு நிறுவனத்திடமிருந்து எங்களால் மேலும் கணிசமான நிதியைத் திரட்ட முடிந்தது. இவ்வாறு பார்த்தால், அரசு மற்றும் அதைச் சார்ந்த அமைப்புகள், ஏஞ்சல் முதலீட்டாளர்கள், துணிகர நிறுவனங்கள் என்று பலதரப்பட்ட முதலீட்டாளர்களிடமிருந்து நாங்கள் நிதி பெற்றுள்ளோம். ஓர் இன்குபேட்டர் அமைப்போடு நாங்கள் இணைந்திருந்தது, வெற்றிகரமாக நிதி பெறுவதற்கு ஓர் அடிக்கல்லாக அமைந்தது.'

'பிறகு...'

'நாங்கள் ஐஐடி சென்னையைச் சார்ந்த அமைப்புகளில் ஒன்றாகக் கருதப்பட்டோம். ஐஐடியில் நடந்த பல கருத்தரங்குகளுக்கு எங்கள் பொருட்களைத் தயாரித்து சப்ளை செய்தோம். அதன்மூலம் எங்களால் மேலும் பல வாடிக்கையாளர்களைக் கைப்பற்ற முடிந்தது. இதன்மூலம் எங்கள் நிறுவனத்தின் வாணிபமும் நன்றாக வளர்ந்தது.'

'பலதரப்பட்ட முதலீட்டாளர்களிடமிருந்து நிதி பெற்றிருக்கிறீர்களே, ஒவ்வொருவரின் அணுகுமுறையிலும் நீங்கள் எந்தவகையான உபாயங்களைப் பெற்றிருக்கிறீர்கள்?'

சிறிது நேரம் யோசித்து, எண்ணங்களைத் தொகுத்துக்கொண்டு அவருடைய கருத்தைப் பகிர்ந்துகொள்ளத் தொடங்கினார் ஸ்ரீஜித்.

22

ஆதரவும் அரவணைப்பும்

கிட்டத்தட்ட ஐந்து வருடங்களில் ரோப் நிறுவனம் நேரடியாக இருநூறு பேருக்கும், அதற்கு சப்ளை செய்யும் நிறுவனங்களில் மேலும் முன்னூறு பேருக்கும் வேலை அளித்து வரும் நிறுவனமாக வளர்ந்துள்ளது. இந்த ஒரு வளர்ச்சியைச் சாதித்ததின் மூலம் வந்த அனுபவத்தால், அவர் பகிர்ந்துகொண்ட கருத்தில் வீரியமும் அதே சமயம் யதார்த்தமும் இருந்தது.

‘ஆரம்ப நிலை நிறுவனம் என்பது ஒரு பச்சிளம் குழந்தை மாதிரி. பிறந்த குழந்தைக்குத் தாயின் அரவணைப்பும் பாதுகாப்பும் மிகவும் முக்கியம். அதேபோன்று ஓர் ஆரம்ப நிலை நிறுவனம் தழைப்பதற்கும் ஊக்கப்படுத்தும் ஒரு சூழல் தேவை. அத்தகைய ஒரு சூழலைத் தருகின்றன இன்குபேட்டர் அமைப்புகள்’ என்று சொன்ன ஸ்ரீஜித் மேலும் தொடர்ந்தார்.

‘இந்தியாவைப் பொருத்தவரை இன்றைய சூழ்நிலையிலும் பிசினஸின் வளர்ச்சியில் குடும்பப் பெயருக்குப் பெரிய பங்கு உண்டு. அத்தகைய ஒரு

குடும்பப் பெயருக்கு உண்டான பலத்தை முதல் தலைமுறை தொழில்முனைபவருக்கு இன்குபேஷன் அமைப்புகள் தருகின்றன. என்னை ஐஐடியின் RTBI இன்குபேஷன் அமைப்பு ஆதரித்தது, என் நிறுவனத்துக்கு ஒரு பெரிய நற்சான்றிதழாக அமைந்தது. பல பிசினஸ் சம்பந்தப்பட்ட தொடர்புகளை என்னால் இதன்மூலம் பெற முடிந்தது. இன்குபேஷன் அமைப்புகள், யாரை இன்குபேட் செய்வது என்பதைத் தகுந்த ஆராய்ச்சிக்குப் பிறகே முடிவெடுக்கின்றன. இன்குபேட் செய்யப்படும் நிறுவனங்களுக்கு ஒரு பெரிய அமைப்பின் பின்புலம் இருப்பதால், சமூகத்தில் அதற்கு ஒரு நல்ல அந்தஸ்து கிடைக்கிறது. உதாரணமாக, ஊழியர்கள் என் நிறுவனத்தின் மேல் வைத்திருந்த நம்பிக்கை அதிகரித்தது. கணக்கு வைப்பு மற்றும் சட்டம் சார்ந்த ஆலோசனை தரும் நிறுவனங்களிடமும், என்னால் நல்லதொரு நம்பிக்கையை பெற முடிந்தது.'

'ஏஞ்சல் இன்வெஸ்டர்களுடன் இன்குபேட்டர் இயக்கங்களை எவ்வாறு ஒப்பிடலாம்?'

'ஏஞ்சல் இன்வெஸ்டர்கள் மிகவும் பிஸியானவர்கள். தாங்கள் முதலீடு செய்த நிறுவனத்திலும்கூட அவர்களால் அதிக நேரம் செலவிட முடியாது. அவர்கள் செலவிடுகிற குறைந்தபட்ச நேரத்திலும் மிகவும் கவனமாக இருப்பார்கள். மருந்து, அளவில் குறைந்தாலும் வீரியத்தில் குறையாது என்பார்களே, அப்படித்தான்.'

'அது மட்டுமில்லை, நிறுவனத்தின் முன்னேற்றத்தைப் பரிசீலனை செய்யும் முறையிலும் இரண்டு முதலீட்டாளர்களிடமும் என்னால் நிறைய வித்தியாசங்களை அறிய முடிந்தது. இன்குபேட்டர் அமைப்புகளில் கருத்தறியும் கூட்டங்கள் ஒரு கட்டமைப்புடன் கூடியதாக இருந்தது. என் நிறுவனத்தைப் பொருத்தவரை இத்தகைய கூட்டங்கள் மாதாந்திர அடிப்படையில் நடந்தன. இத்தகைய கூட்டங்களில் பல நல்ல கருத்துகள் எனக்குக் கிடைத்தன. என் நிறுவனத்தின் இயக்குனர் குழுமத்தில் இன்குபேட்டர் நிறுவனப் பிரதிநிதி ஒருவர் இருந்தார். ஆனால் ஏஞ்சல் முதலீட்டாளர்களுடனான ஒருங்கிணைப்புக் கூட்டங்கள் பல சமயங்களில் முறைப்படியானதாக இருக்காது.

'ஆனால், இதைவிட முக்கியமான வித்தியாசம், ஏஞ்சல் இன்வெஸ்டர்களிடம் ஒன்று உண்டு. வீசும் காற்றின் திசை

அவ்வப்போது மாறுவதுபோல் அவர்கள் காட்டும் ஆர்வத்திலும் அவ்வப்போது ஏற்றம் இறக்கம் இருக்கும். அவர்களுடைய ஆர்வத்தைத் தூண்டும் வகையில் வேறு ஏதேனும் புதிய நிறுவனத்தில் அவர்கள் முதலீடு செய்வார்களேயானால், பழைய முதலீட்டில் அவர்களால் அவ்வளவு கவனம் செலுத்த முடியாது. என் நிறுவனத்தில் முதலீடு செய்த ஏஞ்சல் முதலீட்டாளர், முதல் இரண்டு மூன்று வருடங்கள் எக்கச்சக்க ஈடுபாட்டுடன் இருந்தார். ஆனால் அண்மையில் அவர் சொந்தமாக வேறொரு நிறுவனம் தொடங்கியபிறகு அவருடைய ஈடுபாடு ரோப் நிறுவனத்தில் மிகவும் குறைந்துவிட்டது. இயக்குனர் குழுக் கூட்டங்களில் பங்கேற்பதோடு சரி.'

'சரி, துணிகர நிறுவனங்கள் எப்படி?

'துப்பாக்கி சுடும் போட்டியில் பங்குகொள்ளும் வீரர்கள் இலக்கைக் குறி பார்த்துச் சுடுவதில் எந்த அளவுக்குக் கவனம் செலுத்துவார்களோ, அம்மாதிரி துணிகர நிதி நிறுவனங்களும் தங்கள் இலக்கை அடைவதில் குறியாக இருப்பார்கள்.'

'அவர்கள் இலக்குதான் என்ன?'

'அவர்கள் முதலீடு செய்த நிறுவனத்தின் பங்குகளை எப்படி லாபகரமாக விற்கலாம் என்பதுதான் அவர்களின் முக்கிய இலக்கு. அவர்கள் தரும் ஆலோசனைகளும் அறிவுரைகளும் அந்த இலக்கைச் சீக்கிரமாக அடைவதற்கு எப்படி வழி வகுக்கும் என்கிற கண்ணோட்டத்திலேயே இருக்கும். எந்தெந்தத் திசைகளில் நிறுவனம் வளரவேண்டும்? எம்மாதிரியான செயல்களால் நிறுவனத்தின் மதிப்பீடு சந்தையில் அதிகரிக்கும்? யார் நிறுவனத்துக்குச் சரியான சானல் பார்ட்னராக இருப்பார்கள்? இது போன்ற விஷயங்களில் அவர்கள் அதிகக் கவனம் செலுத்துவார்கள்' என்றார் ஸ்ரீஜித்.

'சிறந்த குதிரையின்மீது பந்தயம் கட்டாதே. ஓட்டத்துக்கு ஏற்ற குதிரையின்மீது பந்தயம் கட்டு' என்பது ஆங்கிலப் பழமொழி. அதேபோன்றுதான் முதலீட்டாளர்களும். எல்லோரையும் ஒரே தராசில் எடை போடக்கூடாது. நிறுவனத்தின் வாழ்கைச் சுழற்சிக்கு ஏற்ப, நிதித் தேவையின் அளவுக்கு ஏற்ப, தொழில் முனைபவரின் குறைநிறைகளுக்கு ஏற்ப முதலீட்டாளர்களைத் தேர்ந்தெடுக்கவேண்டும்.

கேள்வி:

நான் முதல் தலைமுறை பிசினஸ்மேன். நான் தொழில் தொடங்கியிருக்கிறேன். ஆனால் காசு இல்லாமல் என் தொழில் அப்படியே நிற்கிறது. அது வளர்ச்சி அடைய வழி கூறுங்கள்.

பதில்:

பிசினஸில் மந்தநிலை ஏற்படுவது சகஜம்தான். ஆனால் அதை எப்படிச் சமாளித்து, எவ்வளவு சீக்கிரம் வெளியில் வருகிறோம் என்பதில்தான் சாமர்த்தியம் இருக்கிறது. அதற்கான ஓர் எளிதான அணுகுமுறையை இங்கே பார்ப்போம். இன்றைய நிலையை விடுங்கள். நீங்கள் செய்யும் பிசினஸுக்கு எதிர்காலச் சாத்தியம் என்ன என்று நீங்கள் அனுமானியுங்கள். மந்தமா, பிரகாசமா? அதே சமயத்தில் உங்கள் நிறுவனத்தின் செயல் வல்லமையையும் நீங்கள் அலசுங்கள். பலமா, பலவீனமா? கண்டுபிடித்து விட்டீர்களா? இதை அழகாக ஒரு 2x2மேட்ரிக்ஸில் சித்திரிக்கலாம்.

உங்கள் நிறுவனத்தின் செயல் வல்லமை (அகச் சூழல்)	பலவீனம்	பலம்
எதிர்கால வணிகச் சாத்தியம் (புறச் சூழல்)		
மங்கல்	1	3
பிரகாசம்	2	4

உங்கள் நிறுவனத்தின் தற்போதைய செயல் வல்லமை குறைவாக இருக்கிறது, எதிர் கால வணிக சாத்தியமும் மங்கல் என்றால், நீங்கள் முதல் பெட்டியில் இருக்கிறீர்கள். எதிர் காலத்திலும் மங்கல் நிலை இருக்கும் என்று நீங்கள் கணித்தால், நீங்கள் செய்யும் பிசினஸை முதலில் மாற்றவேண்டும். அதே சமயம் புதிய தொழில் செய்வதற்கு முன்னால் உங்கள் நிறுவனத்தின் செயல் வல்லமையையும் நீங்கள் பலப்படுத்திக் கொள்ள வேண்டும்.

உங்கள் பிசினஸின் செயல் வல்லமை இன்றைய சூழ்நிலையில் சற்று பலவீனமாக இருக்கிறது, ஆனால் எதிர்காலம் பிரகாசமாக இருக்கும் என்று நீங்கள் நம்பினால், நீங்கள் இரண்டாம் பெட்டியில் இருக்கிறீர்கள். உங்கள் தொழிலை மாற்றாமல்

இப்போது இருக்கும் மந்த நிலையை உங்களுக்குச் சாதகமாகப் பயன்படுத்திக் கொள்ளுங்கள். உங்கள் பிசினஸ் சங்கிலியில் உள்ள பலவீன இணைப்புகளை அடையாளம் கண்டு அதை பலப்படுத்திக்கொள்ளுங்கள்.

அப்போதுதான் சந்தையில் திருப்புமுனை ஏற்படும்போது அதை உங்களுக்குச் சாதகமாக்கிக்கொள்ள முடியும். பட்டம் விட நினைப்பவர்கள், பட்டத்தைத் தயாராக வைத்திருந்தால்தானே காற்றடிக்கும் தருணத்தைப் பயன்படுத்திக்கொள்ள முடியும். வேளை வரும்வரை காத்திராமல், வேளைக்குக் காத்திருந்தால் தான் அதிக லாபம் பெற முடியும்.

உங்கள் நிறுவனம் நல்ல செயல் வல்லமை பெற்றிருக்கிறது, ஆனால், எதிர்காலம் மந்தமாக இருக்கிறது என்றால், நீங்கள் மூன்றாம் பெட்டியில் இருக்கிறீர்கள். உங்கள் பிசினஸ் திருப்புமுனை அடைய வேண்டுமானால் உங்கள் தொழிலை நீங்கள் முதலில் மாற்றியாகவேண்டும். நோஞ்சான் குதிரையை என்னதான் அடித்தாலும் அது வேகமாகப் போகுமா?

உங்கள் நிறுவனம் நல்ல செயல் வல்லமை பெற்றிருக்கிறது, எதிர்காலமும் பிரகாசமாக இருக்கிறது என்றால், நீங்கள் நான்காம் பெட்டியில் இருக்கிறீர்கள். நீங்கள் கவலைப்படத் தேவை யில்லை. உங்கள் நெருக்கடி முற்றிலும் தாற்காலிகமானது. கூடிய சீக்கிரம் உங்களுக்கு சுக்ர திசைதான். யாரையும் சார்ந்திராமல் நீங்கள் கொடி கட்டிப் பறக்கலாம்.

இத்தகைய ஒரு கட்டமைப்பில் உங்கள் பிசினஸை நீங்கள் ஆராய்ந்தால் அது நிதி திரட்டப் போகும்போதும் உங்களுக்கு உதவியாக இருக்கும். உங்கள் செயல் திறன் (அகச் சூழல்) மற்றும் எதிர்காலச் சாத்தியம் (புறச் சூழல்) இரண்டும் மோசமாக இருந்தால், யாரும் முதலீடு செய்ய மாட்டார்கள். புறச் சூழல் பிரகாசமாக இருந்தால் உங்கள் முயற்சியின்மூலம் முதலீட்டாளர் களைக் கவர முடியும். நீங்கள் எவ்வளவுதான் சாமர்த்தியமான வராக இருந்தாலும் புறச் சூழல் மங்கலாக இருந்தால் நிதி திரட்டுவது கொஞ்சம் கஷ்டம்தான். அகச் சூழல் மற்றும் புறச் சூழல், இரண்டும் பிரகாசிக்கிறது என்றால் லட்சுமி கடாட்சம் தான். நீங்கள் இருக்கும் இடத்துக்கே முதலீட்டாளர்கள் தேடி வருவார்கள்!

சரி, எனக்கு முதலீடு எதுவும் வேண்டாம். என் நிறுவனத்துக்குத் தேவையான நிதி என்னிடம் இருக்கிறது. ஆனால் எனக்கு அவ்வப்போது தேவை நல்ல அறிவுரையும் வழி காட்டுதலும் மட்டும்தான். அதற்கான அமைப்புகள் ஏதேனும் உள்ளனவா என்று கேட்கும் தொழில்முனைபவர்களே, -வாருங்கள். உங்கள் தேவைக்காகவே இன்று பல மென்டாரிங் (Mentoring) அல்லது வழிகாட்டுதல் சேவை நிறுவனங்கள் உள்ளன.

மென்டாரிங் மூலம் கிடைக்கும் பலன்களை விளக்க, எடுத்துக் காட்டாக நான் கூறப்போவது லக்ஷ்மிநாராயணன் என்கிற தொழில்முனைபவரைப் பற்றி. இவர் வளர்ந்தது, படித்தது, எல்லாம் கோடை வாசஸ்தலமான குளுகுளு குன்னூரில். அவருடைய தந்தை ஆசிரியராகப் பணி செய்துவந்தார். தாய் மத்திய அரசுப் பணியில் இருந்தார்.

சட்டென்று ஒரு பொறி தட்ட நான் யோசித்துப் பார்க்கிறேன். இத்தொடரில் நாம் சந்தித்துள்ள பல தொழில்முனைபவர்களின் (மாறன், பிஜு அசோகன், ஸ்ரீஜித், இப்போது லக்ஷ்மி நாராயணன்) பெற்றோர்களில் ஒருவர் ஆசிரியராக இருந்திருக் கிறார்கள். இது எதேச்சையான நிகழ்வா? ஒரு குறிப்பிட்ட நாலைந்து பேரை வைத்து நாம் எதையும் பொதுமைப்படுத்த முடியாது என்றாலும், ஒன்று நன்றாகப் புலப்படுகிறது. பிசினஸ் குடும்பத்தில் பிறந்தவர்கள்தான் தொழில்முனைபவர்கள் ஆகமுடியும் என்று இருந்த நிலை இன்று முற்றிலும் மாறி விட்டது. இந்நிலை வருவதற்கு பெற்றோர்களின் பங்கை நாம் மறந்துவிட முடியாது. ஒரு வட்டத்துக்கு உள்ளேயே இல்லாமல் தங்கள் பிள்ளைகளுக்குத் தொழில் வாழ்க்கையில் முழுச் சுதந்தரம் கொடுத்து ஒரு தொழில்முனைபவராக வளருவதற்கு ஊக்கப்படுத்திய பெற்றோர்களுக்கு இத்தருணத்தில் ஒரு வணக்கம் செலுத்தியே ஆகவேண்டும். அவர்களின் பங்கு மென்டாரிங்குக்கு எல்லாம் அப்பாற்பட்டது என்பது என் கருத்து.

சரி, லக்ஷ்மிநாராயணன் மென்டாரிங் மூலம் பெற்ற பலன்கள் தான் என்ன? அடுத்து பார்ப்போம்.

23

மென்டாரிங்

‘ஒருவேளை அந்த நேரத்தில் எங்களுக்கு சரியான மென்டாரிங் கிடைத்திருந்தால் நாங்கள் ஆரம்பித்த முயற்சியை அவ்வளவு எளிதில் கைவிட்டிருக்க மாட்டோம்’ என்று நினைவு கூர்ந்தார் லக்ஷ்மி நாராயணன்.

மென்டாரிங் என்றால் என்ன என்று பார்ப்பதற்கு முன் லக்ஷ்மிநாராயணனின் தொழில் வாழ்க்கை பற்றி ஒரு சில வரிகள். கோவையில் தன் பொறியியல் படிப்பை 1989-ம் ஆண்டு முடித்தார். அதன்பிறகு பிரேக்ஸ் இந்தியா நிறுவனத்தில் சென்னையில் நான்கரை ஆண்டுகள் பணியாற்றினார். அப்போது மெயின்ஃபிரேம் கணினிகள் பற்றியும் அதற்குத் தேவையான ஹார்டுவேர், சாஃப்ட்வேர் நுணுக்கங்களையும் அறிந்துகொண்டார். அச்சமயத்தில்தான் தகவல் தொழில்நுட்பமும் அதைச் சார்ந்த பிரிவுகளும் நல்ல வளர்ச்சிப் பாதையில் இருந்தன. தகவல் தொழில்நுட்பத் துறையில் பணியாற்றினால் தொழில் வாழ்க்கை வளர்ச்சி இன்னும் நன்றாக இருக்கும் என்று உணர்ந்த லக்ஷ்மிநாராயணன் தன் வேலையை

விட்டுவிட்டு ஒரு குறுகிய காலத் தகவல் தொழில்நுட்பப் பயிற்சி வகுப்பில் சேர்ந்தார். அப்பயிற்சியை முடித்தபின்பு, சென்னையில் உள்ள ராம்கோ சிஸ்டம்ஸ் என்ற நிறுவனத்தில் வேலைக்குச் சேர்ந்தார். அப்போது வருடம் 1994.

அடுத்த பத்து வருடங்களுக்கு அவர் அந்த நிறுவனத்தில் அயராது பணி புரிந்தார். மிகப் பெரிய மென்பொருள் பயன்பாடுகளை எப்படி உருவாக்குவது, அதில் வரும் சிக்கல்களை எப்படிச் சரி செய்வது என்பதில் அவருக்கு நல்ல அனுபவம் கிடைத்தது. காலம் கடந்தது. 2004-ம் ஆண்டு.

'திடீரென்று ஒரு நாள் நானும் என் நண்பரும் தனித்துத் தொழில் தொடங்கலாம் என்று முடிவு செய்தோம். இதென்ன முட்டாள் தனம்! பத்து வருடம் செய்து வந்த வேலையை இப்படி நொடியிலா உதறித் தள்ளுவது? குடும்பம் என்ன ஆவது? அதைப் பற்றி யோசிக்கவேண்டாமா? இப்படிப் பலர் நினைக்கலாம். ஆனால் நடந்தது என்னவோ அதுதான். நாங்கள் வேலையை விடும்போது எங்கள் நிறுவனத்தைப் பற்றிய திட்டங்கள் எங்கள் மனத்தில் சரியாக உருவாகி இருக்கவில்லை' என்றார் லக்ஷ்மிநாராயணன் புன்முறுவலுடன்.

பறவைகள் பலவிதம், ஒவ்வொன்றும் ஒருவிதம்; பாடல்கள் ஆயிரம், ஒவ்வொன்றும் ஒருவிதம்' என்கிற கவியரசரின் பாடல் வரிகள் தொழில்முனைபவர்களுக்கு எவ்வளவு பொருத்தமாக இருக்கும் என நினைத்துப் பார்க்கிறேன். ஒவ்வொருவரும் தொழில் தொடங்கிய விதங்கள்தான் எவ்வளவு வித்தியாசம்? நன்கு ஆராய்ந்து, எப்போது, எங்கு, எப்படி ஆரம்பிக்கலாம் என்று ஆரம்பிப்போர் ஒரு ரகம். எடுத்தோம், கவிழ்த்தோம், ஆவது ஆகட்டும் என்று எதைப் பற்றியும் கவலைப்படாது தொடங்குவோர் இன்னொரு ரகம். இந்த அணுகுமுறைதான் சரி, இது தவறு என்று நாம் சொல்லிவிட முடியாது. நன்கு ஆராய்ந்தபின்னும் பலர் கோட்டை விட்டிருக்கிறார்கள். எதைப் பற்றியும் நினைக்காமல் தொழில் ஆரம்பித்தவர்கள் பலரும் வெற்றி கண்டிருக்கிறார்கள்.

'ஆரம்பித்த முதல் மூன்று வருடங்கள் என்ன செய்யலாம் என்று கண்டறிவதிலேயே சென்றுவிட்டது. தொடுதிரை தொழில் நுட்பத்தை அடிப்படையாக வைத்து சில்லறை வர்த்தகத் தொழிலுக்கு உதவுகிற பயன்பாட்டினை வடிவமைத்தோம்.

மிகுந்த சிரமத்துடன் நாங்கள் அந்தப் பயன்பாட்டை உருவாக்கி யிருந்தாலும், அதை விற்கச் சென்றபோது அதில் இருந்த ஒருசில நெளிவு சுளிவுகள் எங்களுக்குத் தெரிந்தது. அதைச் சீர் செய்ய முயலாமல், நாங்கள் மேற்கொண்ட முயற்சியை உடனடியாகக் கைவிட்டுவிட்டோம். அந்த நேரத்தில் எங்களுக்குத் தக்க அறிவுரை கூற யாரேனும் இருந்திருந்தால் அப்படி எங்கள் முயற்சியைக் கைவிட்டிருக்க மாட்டோமோ என்று நினைக்கத் தோன்றுகிறது' என்றார் லக்ஷ்மிநாராயணன்.

சரி, மென்டாரிங் என்றால் என்ன? ஒரு வியாபாரச் சூழ்நிலையை எடுத்துக்கொள்வோம். கடைப் பையனுக்கு வேலையில் ஏதாவது சந்தேகம் வந்தால் யாரை அணுகுவான்? கடை மேலாளரை. கடை மேலாளருக்கு ஏதாவது சந்தேகம் வந்தால் யாரை அணுகுவார்? நிறுவன மேலாளரை. நிறுவன மேலாளருக்குச் சந்தேகம் வந்தால் யாரை அணுகுவார்? நிறுவன உரிமையாளரை. உரிமையாள ருக்கே ஏதேனும் சந்தேகம் வந்தால், அவர் யாரை அணுகுவார்? நிறுவனத்தில் வேலை செய்பவர் அனைவரும் உரிமையாளரை நம்பி இருக்கும்போது கடவுள்மீது பாரத்தை போட்டுவிட்டு சும்மா இருக்க முடியுமா?

இத்தகைய தருணங்களில் தொழில்முனைவோர்கள் தங்களுக்கு நம்பிக்கை வாய்ந்தவர்களிடமிருந்து பெறும் அறிவுரையையும் ஆலோசனையையுமே மென்டாரிங் என்று சொல்கிறோம். ஆலோசனை தருபவர் மென்டார் என்றும் ஆலோசனை பெறுபவர்கள் மென்டீ என்றும் அழைக்கப்படுகிறார்கள்.

'மென்டாரிங் மூலம் நீங்கள் பெற்ற பயன்கள்தான் என்ன?' நான் லக்ஷ்மிநாராயணனிடம் கேட்டேன்.

அவர் பதிலை அறிவதற்குமுன் ஒரு சிறிய விஷயத்தை நாம் தெரிந்துகொள்ளவேண்டும். இன்று இந்தியாவில் பல லட்சக் கணக்கான நுண்ணிய, சிறிய, மற்றும் நடுத்தரத் தொழில் நிறுவனங்கள் இயங்கிவருகின்றன. குறிப்பாகச் சொல்ல வேண்டும் என்றால் இந்திய அரசின் 2006-07 கணக்கீட்டின்படி, பதிவு செய்யப்பட்டு இயங்கிக்கொண்டிருக்கும் நுண்ணிய, சிறிய, மற்றும் நடுத்தரத் தொழில்களின் எண்ணிக்கை 15,63,974. அவற்றில் பெரும்பாலான நிறுவனங்களால் வெளியிலிருந்து முதலீடு பெற முடிவதில்லை. இதன் விளைவு என்ன? தொழில் உரிமையாளர்கள் தங்கள் முதலீட்டாளர்களுக்குப் பதில்

சொல்லியாகவேண்டிய கட்டாயத்தில் இல்லை. லக்ஷ்மி நாராயணன் கூறிய பதில் இக்கூற்றை அடிப்படையாகக் கொண்டிருந்தது.

'சுயமுதலீட்டில் மட்டுமே இயங்கும் நிறுவனங்களுக்கு மென்டார்கள் ஓர் உந்துதலைத் தருகிறார்கள். அவரால் கேட்கும் கடினமான கேள்விகள் தொழில்முனைவர்களுக்கு உத்வேகத் தையும் தெளிவையும் தருகிறது. உதாரணமாக என்னுடைய மென்டார் என்னிடம், 'நீங்கள் எதற்காக பிசினஸ் செய்கிறீர்கள்?' என்று கேட்டார். காசுக்காகவா, சந்தோஷத்துக்காகவா, அல்லது நீங்கள் தயாரிக்கும் பயன்பாட்டைப் பலரும் உபயயோகப் படுத்தவேண்டும் என்ற எண்ணத்திலா? ஆற அமரச் செய்யலாம் என நினைக்கும் தொழில்முனைவர்களை இத்தகைய கேள்விகள் உசுப்பேற்றி, ஒரு நெருக்கடி நிலையை ஏற்படுத்தும்.'

'கேள்வி கேட்பது எளிதுதானே?'

'திருவிளையாடல் படத்தில் தருமியும் அப்படித்தான் நினைத் தார். ஆனால் சரியான கேள்வி கேட்பது அவ்வளவு எளிதல்ல. கேள்வியைவிட கேள்வியின் விளைவுகள்தான் முக்கியம். இத்தகைய கேள்விகள் தொழில்முனைபவருக்கு அவருடைய இலக்கைத் தெளிவுபடுத்திக் காட்டும்.'

'அப்புறம்?'

'எவ்வளவுதான் பெரிய ஓடுபாதை இருந்தாலும் விமானம் வானில் பறக்கவேண்டும் என்றால், அதற்கு த்ரஸ்ட் கொடுக்க வேண்டும். அதைப்போன்றுதான் மென்டார்களும். உங்களுக்கு அழுத்தம் கொடுத்து, அதன்மூலம் ஒரு அபாரமான நெருக் கடியை ஏற்படுத்துவார்கள். மிகுந்த அவசரத்தில் இருப்போர்கள் கவனம் அவ்வளவு எளிதில் திசை திரும்பாது. அடுத்த நிமிடம் புறப்பட இருக்கும் ரயிலைப் பிடிக்கும் அவசரத்தில் ஓடிக் கொண்டிருப்பவரின் கவனத்தை வேறு எந்த விஷயமாவது (மொபைல் அழைப்பு, சினிமா போஸ்டர், போன்று) திசை திருப்புமா?' என்று கேள்வி எழுப்பினார் லக்ஷ்மிநாராயணன்.

'மென்டார்கள் கூறும் ஆலோசனை பொதுவானதாக இருக்குமா அல்லது உங்கள் நிறுவனத்தைக் குறிப்பிட்டு இருக்குமா?'

'மென்டார்களின் வழிகாட்டுதல் பொதுவானதாகவே இருக்கும். குறிப்பிட்ட தகவலைக் காட்டிலும் பொதுவான ஞானத்தை

அவர்களிடமிருந்து பெறலாம். பல வருட அனுபவத்தால் அவர்களால் எதை விட்டுவிட்டு எதில் கவனம் செலுத்த வேண்டும் என்று தெளிவுபடுத்துவார்கள். பொறியியல் பாஷையில் சொல்லவேண்டும் என்றால் இரைச்சலிலிருந்து சமிக்ஞையைப் பிரித்தறிந்து ஆராயும் பக்குவத்தைப் பெற மென்டார்கள் மிகுந்த உதவியாக இருப்பார்கள். பள்ளிகளிலும் கல்லூரிகளிலும் இத்தகைய ஞானத்தைப் பெறுவது கடினம்' என்று சொல்லித் தொடர்ந்த லக்ஷ்மிநாராயணன், 'ஒரு குறிப் பிட்ட பிரச்னைக்குத் தீர்வு சொல்பவர்களை மென்டார்கள் என்று கூறுவதைக் காட்டிலும் கோச் (Coach) என்று கூறலாம்' என்றார்.

அட! விளையாட்டுத் துறை மட்டுமல்லாது பிசினஸிலும் கோச் செய்பவர்கள் வந்துவிட்டார்களா என்று நான் வியந்தேன்.

'நீங்கள் கோச்சுகளை வைத்துக்கொண்டதுண்டா?'

'கண்டிப்பாக. நான் இரண்டு கோச்சுகளிடம் கலந்தாலோசித்து இருக்கிறேன்.'

'கோச்சிங் எவ்வகையான நன்மைகளைத் தந்தது?'

'முன்னோக்கு மாற்றம் என்று சொல்வார்களே, அதை நான் கோச்சிங் மூலம்தான் பெற்றேன். வெறும் பொறியாளராக இருந்த என்னை ஒரு புரொஃபெஷனலாக மாற்றியது கோச்சிங் தான். முன்பெல்லாம், என்னுடைய தயாரிப்பைப் பற்றித்தான் நான் முதலில் கஸ்டமரிடம் கூறுவேன். ஆனால் இப்போதோ கஸ்டமரின் தேவையை முதலில் கேட்டறிகிறேன்.'

'இரண்டாவது கோச்மூலம் என்னுடைய வேலைகளை எப்படி ஒழுங்குபடுத்திச் செய்வது என்று தெரிந்துகொண்டேன். இதனால் என்னுடைய உற்பத்தித் திறன் பல மடங்கு அதிகரித் துள்ளது. உதாரணமாக இன்று பலர் நிமிடத்துக்கும் மணிக்குமாக மின்னஞ்சல் சரி பார்ப்பார்கள். நான் கோச்சிங் பெற்றபிறகு ஒரு நாளில் காலை, மாலை என இரண்டு முறைதான் மின்னஞ்சல் பார்க்கிறேன். இதனால் கவனம் சிதறாமல் என்னால் அன்றாடப் பணிகளை மேற்கொள்ள முடிகிறது.'

'சரி, மென்டாரிங் மூலம் ஆதாயம் பெற மென்டீகளுக்கு நீங்கள் கூறும் அறிவுரை என்ன?'

கேள்வி: நான் ஒரு முதல் தலைமுறை தொழில்முனைவர். கிப்ட் ஐட்டம் தொழில் தொடங்கலாம் என்று நினைக்கிறேன். இதை எப்படித் தொடங்கவேண்டும் என்று கூறுங்கள்.

பதில்: கிப்ட் தொழில் என்று கூறியிருக்கிறீர்கள். கிப்ட் பொருட்கள் தயாரிப்பது, கிப்ட் பொருட்கள் விற்பனை என்று பல வகைகள் இருக்கின்றன. ஒவ்வொன்றின் தேவையும் வெவ்வேறாக இருக்கும். அன்பளிப்புப் பொருட்கள் விற்கும் கடை தொடங்க இருக்கிறீர்கள் என்று வைத்துக்கொள்வோம். மற்ற சில்லறைக் கடைகளுக்கும் அன்பளிப்பு மற்றும் பரிசுப் பொருள் வியாபாரத்துக்கும் நிறைய வேறுபாடுகள் உண்டு. மளிகைக் கடைக்கு வரும் வாடிக்கையாளர்கள், பொருட்களின் விலையில் கருத்தாக இருப்பார்கள். ஆனால் அன்பளிப்புக் கடைகளிலோ, குறைந்த விலையைவிட, பொருளுக்குத் தகுந்த விலையைத்தான் பலரும் எதிர்பார்ப்பார்கள். மளிகைக் கடைகளில் விற்கும் அரிசியும் பருப்பும் ஆண்டாண்டுகளாக அதே வடிவில் தான் இருக்கின்றன. ஆனால் அன்பளிப்புக் கடைகளில் விற்கும் பொருட்கள் புதுமையாகவும் காலத்துக்கு ஏற்பவும் இருக்கவேண்டும். இல்லை என்றால் வண்டி ஓடாது.

நான் கடைவீதியில் பல அன்பளிப்புக் கடைகளை பார்த்திருக்கிறேன். கடை ஆரம்பித்த முதல் சில தினங்களில் வாடிக்கையாளர் கூட்டம் ஜேஜே என்று இருக்கும். ஆனால் நாளாக நாளாக, கழுதை தேய்ந்து கட்டெறும்பானதுபோல், வியாபாரத்தின் சுரத்து மிகவும் குறைந்துவிடும். அப்படிப்பட்ட கடைகள் பலவற்றில் நான் நுழைந்து பார்த்திருக்கிறேன். அங்கு இருக்கும் பொருட்கள் எல்லாம் மிகவும் பழமையானதாக இருக்கும். கடைக்கு வருபவரின் ஆர்வத்தையும் கவனத்தையும் சுண்டி இழுக்கும் ஒரு சூழல் இருக்காது. ஏன் என்று கேட்டால், கஸ்டமர் வந்தால்தானே நம்பி சரக்கை வாங்கிப்போட முடியும் என்று பதில் கிடைக்கும். ஒரு இருபது வருடங்களுக்குமுன் இந்த வாதம் எடுபட்டிருக்கலாம். ஆனால் இன்று வாடிக்கையாளர்களுக்குப் பல வாய்ப்புகள் இருக்கின்றன. உங்கள் கடையை விட்டால் வேறொன்று. அதனால் உங்கள் நோக்கம் முழுவதும் கஸ்டமரை நம் கடைக்கு எப்படிக் கவர்ந்திழுக்க முடியும் என்பதில்தான் இருக்கவேண்டும்.

அன்பளிப்புக் கடைகளில் பெரும்பாலான முதலீடு, சரக்கு மற்றும் கையிருப்புக்குத்தான் தேவைப்படும். இது போன்ற முதலீட்டுக்கு, பெரும்பாலும் வங்கிகளிலிருந்து கடன் கிடைப்பது கஷ்டம். நீங்கள் சொந்தத்திலிருந்துதான் முதலீடு செய்யவேண்டும், அல்லது முறைசாரா மூலங்களிலிருந்து திரட்டவேண்டும். கடையில் உள்ள பொருட்களின் அதிகபட்ச வரம்பில் இருக்கவேண்டும். ஒவ்வொரு வகைப் பொருளும் எண்ணிக்கையில் குறைவாக இருக்கலாம். ஆனால் வரம்புக்குக் குறைவு இருக்கக்கூடாது. கடையில் இருக்கும் பொருட்கள் பழமையாவதற்குள் அவற்றை எப்படியாவது விற்றுவிடக் கற்றுக்கொள்ளுங்கள். சற்றே தேங்கியிருக்கும் பொருட்களை விற்க அவ்வப்போது அவை காட்சியளிக்கும் விதத்தை மாற்றிக்கொண்டே இருங்கள்.

மேலை நாடுகள் போன்று அன்பளிப்புக் கலாசாரம் இன்று நம் சமூகத்திலும் நன்கு வேரூன்றிவிட்டது. மக்கள் பலரும் நடமாடு கின்ற ஓரிடத்தில் போட்டியாளர்கள் யாரும் அருகில் இல்லாத ஓரிடத்தில் கடையைத் தொடங்கி, அதைச் சிறந்த முறையில் மேலாண்மை செய்துவந்தால், உங்களுக்கு வெற்றி நிச்சயம்.

'வளமான நிலத்தில்தான் பயிர் விளையும். அதே போன்று மென்டாரிங் மூலம் பயன் பெறவேண்டுமானால், மென்டார்கள் கூறும் ஆலோசனைகளைச் சரியான முறையில் ஏற்றுக் கொள்ளும் மனப் பக்குவம் வரவேண்டும். கர்வத்தைக் கைவிட்டு, மென்டார்கள்மேல் நம்பிக்கை வைத்து அவர்கள் கூறும் ஆலோசனையை மதித்து ஏற்கவேண்டும்.'

'ம்ம்...'

'இரு கைகள் சேர்ந்தால்தான் ஓசை வரும். மென்டாரிங் வெற்றி அடையவேண்டுமானால் அதில் முக்கியப் பங்கு மென்டார் களுக்கும் உண்டு. அவர்கள் மென்டீகளுக்கு நம்பிக்கை அளிக்க வேண்டுமே தவிர, குறைகாணும் சாயலில் இருக்கக் கூடாது.'

லக்ஷ்மிநாராயணன் கூறிய கருத்து எனக்கும் சரியாகப் பட்டது.

24

மார்க்கெட்டிங்கில் புதுமை

'தரமான பொருட்களைத் தயாரிப்பதில் எங்களுக்கு எந்தவிதக் கஷ்டமும் இல்லை. ஆனால் மார்க்கெட்டிங் செய்வதில்தான் எங்களுக்குக் கொஞ்சம் உதவி தேவைப்படுகிறது.'

இக்கருத்து பல முதல் தலைமுறை தொழில் முனைவர்களிடமும் வியாபார உரிமையாளர்களிடமும் நிலவி வருகிறது. பொருள் தயாரிப்புக்கும் மார்க்கெட்டிங் செய்வதற்கும் இடையே ஒரு பெரிய வித்தியாசம் என்னவென்றால் தயாரிப்பில் பெரும் பாலான காரணிகள் உங்கள் கட்டுப்பாட்டில் இருக்கும். ஆனால் மார்க்கெட்டிங் செய்யும் போதோ பெரும்பாலான காரணிகள் உங்கள் கட்டுப்பாட்டில் இருக்காது. இதைப் பலர் சங்கடமாக நினைக்கலாம். வாடிக்கையாளரின் தேவையை அறிந்து, அதைப் பூர்த்தி செய்யும் வகையில் பொருட்களை யோசித்து, அவ்வாறு தயாரிப்பதற்கான தேவையான தரமான மூலப் பொருட்களை வாங்கி, திடமான பொருட்களைத் தயாரிப்பதன்மூலம் வாடிக்கையாளர்களின் கவனத்தை ஈர்ப்பதுவரை நம் கையில்.

ஆனால் வாடிக்கையாளர்கள் நீங்கள் தயாரிக்கும் பொருட்களை வாங்கி, உங்கள் முயற்சியை வெற்றியடையச் செய்வார்களா என்பது உங்கள் கையில் இல்லை. குதிரையைக் குளத்துக்கருகில் கூட்டிக்கொண்டுதான் போக முடியும். அதைத் தண்ணீர் குடிக்க வைப்பது என்பது நம் கையில் இல்லை. மிகவும் கஷ்டப்பட்டுப் பொருட்களை தயாரித்து அதை விற்க முடியாவிட்டால் என்ன செய்வது? பகவத் கீதையில் கிருஷ்ண பரமாத்மா கூறியதை நினைவில் கொள்ளுங்கள். பரிந்துரைக்கப்பட்ட கடமையைச் செய்யத்தான் உங்களுக்கு உரிமை உண்டு. அதன் பலனை எதிர்பார்ப்பதற்கு உங்களுக்கு உரிமை இல்லை. உங்கள் செயல்களை நல்லெண்ணத்தோடு செய்யுங்கள். கடுமையாக உழையுங்கள். ஆனால் அதற்கு அப்பால் நீங்கள் எதையும் யோசிக்கக் கூடாது. நடவடிக்கையை எடுத்த நீங்கள், அதன் முடிவுகளைப் பற்றிக் கவலைப்படக் கூடாது. உங்களுக்கு முன்னால் பிசினஸில் இறங்கிய பலர் வெற்றி அடைந்திருக் கிறார்கள். உங்களால் முடியாதா? நேர்மையான முயற்சிக்கு வெற்றி நிச்சயம் உண்டு.

மார்க்கெட்டிங்கை இரண்டு வகைகளாகப் பார்க்கலாம். ஒன்று உங்கள் நிறுவனத்தை மார்க்கெட்டிங் செய்வது. இரண்டாவது உங்கள் நிறுவனம் தயாரிக்கும் பொருட்களை மார்க்கெட்டிங் செய்வது. அது என்ன, நிறுவனத்தை மார்கெட்டிங் செய்வது? வாடிக்கையாளர்களிடம் மட்டுமல்லாமல் சமுதாயத்தில் உள்ள பல தரப்பினரிடமும் உங்கள் நிறுவனத்தைப் பிரபலப்படுத்துவது தான் அது. நிறையக் காசு செலவு செய்து விளம்பரப்படுத்தாமல் பல கிரியேட்டிவ் வழிகளிலும் உங்கள் நிறுவனத்தின் பெயரை நீங்கள் பரப்பலாம். உதாரணமாக, உங்கள் நிறுவனத்தின் பெயர் பொறிக்கப்பட்ட டி-ஷர்ட்டை நீங்கள் எப்போதும் அணிந்திருக் கலாம். அப்படிச் செய்தால் நீங்கள் செல்லும் இடமெல்லாம் உங்கள் நிறுவனத்தின் பெயரும் தானாகவே சென்றுவிடுகிற தல்லவா? இதென்ன, நிறுவனத்தின் பெயரைக் கொண்ட சட்டையை எப்போதும் அணிந்துகொண்டால் பெருமை அடித்துக்கொள்கிறான் பார் என்று பலரும் கூறுவார்களே என்று நினைக்கிறீர்களா? கூறட்டுமே! உங்கள் நிறுவனத்தைப் பற்றி நீங்கள் பெருமைப்படுவதில் தவறென்ன?

சுமதியும் அவருடைய இரு மகன்களும் அவர்கள் நிறுவனத்தின் பெயரைப் பரப்புவதற்குச் செய்த முறை சற்று வித்தியாசமானது.

காஞ்சிபுரத்தைச் சேர்ந்தவர் சுமதி. கணிதத்தில் பட்டம் பெற்றிருந்தாலும் திருமணமானபிறகு வேலைக்கு எங்கும் செல்லவில்லை. அவருடைய இரு மகன்களும் சற்று வளர்ந்து, பெரியவர்களாகி உயர்நிலைப் பள்ளிக்குச் செல்லும்போது, ஏதாவது சொந்தத் தொழில் செய்யலாம் என்ற எண்ணம் சுமதிக்கு வந்தது. அப்போது வருடம் 2004. கணினி மற்றும் தகவல் தொழில் நுட்பம் அபரிமிதமான வளர்ச்சியைக் கண்டு கொண்டிருந்த காலம் அது. சுமதியும் ஒரு பயிற்சிப் பள்ளியில் சேர்ந்து கணினிப் பாடங்களில் தேர்ச்சி பெற்றார். பிறகு ஓர் இணைய மையத்தை அமைக்க முடிவு செய்தார்.

சொந்த முதலீடாக ஒன்றரை லட்சமும், Hand in Hand என்ற தொண்டு நிறுவனத்திடமிருந்து ஐம்பதாயிரம் ரூபாய் கடனும் பெற்று தன்னுடைய மையத்தை ஆரம்பித்தார். அச்சமயம் அவருடைய மகன்களும் கல்லூரிப் படிப்பை முடிக்கும் தருவாயில் இருந்தனர். பிசினஸ் வளர அவர்களும் தங்களால் இயன்ற அளவுக்கு உதவ ஆரம்பித்தார்கள். சந்தையில் பல இணைய மையங்கள் இருக்கும்போது அவர்களுடைய மையத்தை எப்படிப் பிரபலப்படுத்துவது என்று யோசித்த அவர்கள் அதைச் சற்று வித்தியாசமான முறையில் கையாண்டார்கள்.

சுமதிக்கு சமூக சேவையில் நல்ல ஆர்வம் உண்டு. மகளிர் சுய உதவிக் குழு மூலம் பல சமூகப் பணிகளைச் செய்து வந்தார். நல்ல ஒரு சமுதாயப் பணி செய்வதன்மூலம் தங்கள் மையத்தைப் பிரபலப்படுத்தலாம் என்று அவருடைய மகன்கள் நினைத் தார்கள். தங்கள் கல்லூரி நண்பர்கள் உதவியுடன் ஒரு ரத்த தான முகாமை நடத்தினார்கள். அந்த முகாமில் அவர்களுடைய மையத்தின் சுவரொட்டிகளும் இருந்ததால் அந்த முகாமுக்கு வந்தவர்கள் அனைவரும் அவர்களுடைய மையத்தைப் பற்றி அறிந்துகொள்ள முடிந்தது.

இரண்டாவதாக உலக வெப்பமயமாதல் பற்றிய விழிப்புணர்ச்சியை எற்படுத்துவதற்காக அவருடைய மகன்களும் அவர்களுடைய நண்பர்களும் சேர்ந்து ஒரு சைக்கிள் பேரணி நடத்தினார்கள். அப்போது உபயோகப்படுத்தப்பட்ட பதாகைகளில் அவர் களுடைய மையத்தின் பெயர் முக்கியமாக இடம் பெற்றிருந்தது. இத்தகைய முயற்சிகளால் அவர்களுடைய மையம் பிரபலம் அடைந்தது, அதே சமயம் ஒரு சமூக நற்செயலைச் செய்ததற்கான நற்பெயரையும் மனத் திருப்தியையும் பெற

முடிந்தது. வழக்கமான பாணியில் மட்டும் யோசிக்காமல் சற்று வித்தியாசமாக யோசித்தால், புதிய வழி தன்னால் புலப்படும்.

எது எப்படியென்றாலும் தொழில்முனைபவர் என்கிற முறையில் உங்கள் நிறுவனத்தின் முதல் மற்றும் முதன்மை மார்க்கெட்டிங் பொறுப்பு உங்களையே சாரும். ஐயோ, மார்க்கெட்டிங் செய்வதற்கான மனப்பாங்கு என்னிடம் இல்லையே என்று நீங்கள் சங்கடப்பட வேண்டாம். வார்த்தைகளில் தேனொழுகப் பேச என்னால் முடியாது, நான் அயல்நோக்கு (extrovert) கொண்டவன் அல்லன் என்று நீங்கள் ஐயப்பட வேண்டாம். அழுத்தம் திருத்தமாகப் பேசும் திறமையை நீங்கள் எளிதில் வளர்த்துக்கொள்ள முடியும். பிறரிடம் உரையாடும் திறன்களைப் பயிற்சி மூலம் கற்றுக்கொள்ள முடியும். அதனால், உங்களுக்கு பிடித்தமாக இல்லை என்ற காரணத்துக்காக மார்க்கெட்டிங் பக்கம் தலை வைத்துக்கூடப் படுக்க மாட்டேன், அதைப் பார்த்துக் கொள்ள மேலாளர் யாரையேனும் நியமித்துக்கொள்ளலாம் என்கிற நிலைப்பாட்டை நீங்கள் பின்பற்ற வேண்டாம்.

ஏனெனில் ஒரு நிறுவனத்தில் மார்கெட்டி ங்கின் பங்கு மிகவும் முக்கியமானது. உரிமையாளர் என்கிற முறையில் அதில் சிறிதள வாவது நீங்கள் பங்கெடுத்துக் கொள்ளவேண்டும். அப்போது தான் நுகர்வோரின் நாடித் துடிப்பை உங்களால் உணர முடியும். மார்க்கெட்டிங்கை விட்டு விலகி நின்றால் அந்த உட்பார்வை உங்களுக்குக் கிடைக்காமல் போகலாம். அது நாளடைவில் உங்கள் நிறுவனம் தழைப்பதற்கு முட்டுக்கட்டையாக அமையலாம்.

அது சரி, தயாரித்த பொருளை விற்பதற்கும் மார்க்கெட்டிங் செய்வதற்கும் விநியோகிஸ்தர்கள், சானல் பார்ட்னர் எனப் பலரையும் நியமிக்க வேண்டியிருக்குமே, சிறு வர்த்தகங்களால் எப்படி இதற்கான முதலீட்டைச் செய்ய முடியும் என்று நீங்கள் யோசிக்கலாம். இங்கேதான் வழக்கமான அணுகுமுறைகளைக் கைவிட்டு, உங்களுக்கு உகந்த முறைகளை நீங்கள் கண்டுபிடிக்க வேண்டும். ஜெகதீஸ்வரி இதற்கு ஒரு நல்ல உதாரணம்.

ஜெகதீஸ்வரியும் அவருடைய கணவரும் பாண்டிச்சேரியில் PLA Food Products என்கிற ஒரு நிறுவனத்தை நடத்திவருகிறார்கள். அந்நிறுவனத்தில் வீட்டு சமையல் பொருட்களான அரிசி மாவு, சத்து மாவு, ரசப் போடி, இட்லிப் பொடி, சர்பத் போன்ற வற்றைத் தரமாக வீட்டு முறையில் தயாரித்து விற்பனை செய்து

வருகிறார்கள். ‘2007-ல் பிசினஸ் ஆரம்பித்தபோது நாங்கள் ரொம்பக் கஷ்டத்தில் இருந்தோம். அடுத்த வேளைச் சாப்பாட்டுக்கு என்ன வழி என்று தெரியாமல் இருந்தோம்னு கூடச் சொல்லலாம்’ என்றார்.

நல்ல தரமான பொருட்களை மக்கள் விரும்பும் சுவைக்கு ஏற்பத் தயாரித்து விற்பதால் இவர்கள் விற்பனை நன்கு வேகமாக வளர்ந்தது. ‘இன்று மாதம் இருபத்தைந்தாயிரம் ரூபாய் வரை லாபம் கிடைக்கிறது’ என்று நிம்மதியுடன் சொன்னார் ஜெகதீஸ்வரி. இவர்கள் பொருட்களை விற்க உதவியது மகளிர் சுய உதவிக் குழு உறுப்பினர்கள். ஜெகதீஸ்வரி நிறுவனம் தொடங்க நினைத்தபோது Hand in Hand என்கிற தொண்டு நிறுவனம்மூலம் தொடங்கப்பட்ட ஒரு சுய உதவிக் குழுவில் உறுப்பினராகச் சேர்ந்தார். அதன்மூலம், நிறுவனம் எப்படித் தொடங்குவது என்கிற பயிற்சியும், எளிய நிபந்தனைகளில் கடனும் கிடைத்தாலும், அவருக்குக் கிடைத்த மிகப் பெரிய நன்மை, சுய உதவிக் குழுவில் இருந்த உறுப்பினர்களின் பரிச்சயம்தான்.

பாண்டிச்சேரி பகுதியில் Hand in Hand நிறுவனம் அறுபதுக்கும் மேற்பட்ட மகளிர் சுய உதவிக் குழுக்களை நிறுவியுள்ளது. அதில் தொள்ளாயிரத்து ஐம்பதுக்கும் மேற்பட்ட உறுப்பினர்கள் இருக்கிறார்கள். இந்த உறுப்பினர்கள்மூலம் தாங்கள் தயாரித்த பொருட்களை விற்கத் தொடங்கினார் ஜெகதீஸ்வரி. உறுப்பினர்களுக்குப் பொருட்களை மொத்த விற்பனை விலையில் கொடுப்பார். அதை அவ்வுறுப்பினர்கள் அவர்கள் வீட்டுக்கு அருகில் உள்ளோருக்கும் தெரிந்தவர்களுக்கும் அச்சிடப்பட்ட விலையில் விற்றனர். இதன்மூலம் உறுப்பினர்களும் லாபம் பெற முடிந்தது, ஜெகதீஸ்வரியும் தம் பொருட்களை விற்க அதிகச் செலவின்றி ஒரு விநியோகப் பிணையத்தை உருவாக்க முடிந்தது.

முதல் தலைமுறை தொழில்முனைவர்கள் தங்கள் கட்டுப்பாடுகளை மட்டும் நினைத்துக்கொண்டிருந்தால், அது பெரிதாகத்தான் தெரியும். அதைத் தவிர்த்து, அவற்றையே புதுமையை உருவாக்கும் வாய்ப்புகளாகப் பார்க்க ஆரம்பித்தால், எந்தவொரு சிக்கலுக்கும் தீர்வு தானாகப் பிறக்கும். நம் மனக்கண்ணின் பார்வைக்குத்தான் எத்தனை சக்தி! சும்மாவா சொன்னார்கள், ‘கல்லை மட்டும் கண்டால் கடவுள் தெரியாது, கடவுள் மட்டும் கண்டால் கல்லைத் தெரியாது’ என்று!

25

முடிவில் ஒரு தொடர்ச்சி

‘பக்கம் பார்த்துப் பயிர் செய், நட்டம் பார்த்து அறுவடை செய்’ என்கிற பழமொழி தொழில் முனைபவர்களுக்குத்தான் எவ்வளவு பொருத்தமாக இருக்கும்.

பிசினஸ் ஆரம்பித்தல், வளர்ச்சி, நிதி திரட்டுவது எனப் பல தலைப்புகளை இந்தப் புத்தகத்தில் நாம் இதுவரை பார்த்துவந்தோம். இறுதியாக, தொடங்கிய நிறுவனத்திலிருந்து எப்படி வெளியேறுவது என்பது பற்றிப் பார்ப்போம். என்னது? நான் தொடங்கிய நிறுவனத்திலிருந்து வெளியேறுவதா? வியர்வையும் ரத்தமும் சிந்தி மிகவும் கடுமையாகப் பாடுபட்டு, எனக்குள் ஒன்றாகிவிட்ட என்னுடைய நிறுவனத்திலிருந்து நான் ஏன் வெளியேறவேண்டும்? என்னால் அந்தப் பிரிவை ஏற்றுக்கொள்ள முடியுமா? இப்படியெல்லாம் பலர் நினைக்கலாம்.

நம்மையும் அறியாமல் நம்முடன் சம்பந்தப்பட்டிருக்கும் பொருட்கள், இடங்கள், மக்கள் ஆகியோருடன் நமக்கு ஓர் இணைப்பு உண்டாகிவிடுகிறது.

இது மனித இயல்பு. பல நேரங்களில் அந்தத் தொடர்பைத் துண்டிப்பது தாற்காலிக வேதனையைத் தந்தாலும், பிற்கால நலனைக் கருதி முன்னோக்கி நகரத்தான் வேண்டும். கல்லூரிப் படிப்புக்காகப் பள்ளியை விட்டு வெளியில் செல்லும்போது மனத்தில் ஒரு நெருடல் ஏற்படுகிறதல்லவா? புது வீடு குடி புகுவது மகிழ்ச்சி தரும் நிகழ்ச்சி என்றாலும் பழைய வீட்டைக் காலி செய்யும்போது பக்கத்தில் இருப்போரிடம் விடை கூறிக்கொண்டு கிளம்பும்போது நம்மையும் அறியாமல் சற்றேனும் கண் கலங்குவதை நாம் அனுபவித்திருக்கிறோமே! மணமாகி, பிறந்த வீட்டை விட்டுப் புகுந்த வீடு செல்லும் மணப்பெண்ணின் மனநிலை அனைவரும் அறிந்ததுதானே! வருடக் கணக்காக வேலை செய்துவந்த நிறுவனத்திலிருந்து குறிப்பிட்ட வயது வந்தவுடன் ஓய்வு பெறுவதில்லையா?

சில சமயம் பிரிவு எனபது காலப் போக்கின் மாறுதல்களால் தவிர்க்க முடியாததாகிவிடுகிறது. இப்படி நம் வாழ்க்கையில் பல தொடர்புகள் முடியும்போது அது கஷ்டத்தைக் கொடுத்தாலும் நாம் அதை ஏற்றுக்கொண்டு முன்னேறிச் செல்வதில்லையா? தொழில்முனைவர்கள் தாங்கள் தொடங்கிய நிறுவனத்திலிருந்து வெளியேற வேண்டிய நிலை வரும்போதும் இத்தகைய மனப்பாங்கையே கடைப்பிடிப்பது நல்லது.

ஹரியும் இதையேதான் சொன்னார். ‘உணர்ச்சி பல சமயம் நம் கண்களை மறைத்துவிடுகிறது. தொழில்முனைவதை நாம் ஒரு தொழிலாக மட்டும் கருதினால்தான் பல சமயங்களிலும் நம்மால் சரியான முடிவை எடுக்க முடியும்.’ யார் இந்த ஹரி?

கார்ப்பொரேஷன் பள்ளியில் தலைமையாசிரியரான அப்பா, மத்திய அரசு நிறுவனத்தில் பணி புரிந்துவந்த அம்மா என்ற ஒரு நடுத்தரக் குடும்பத்திலிருந்து வந்தவர்தான் ஹரி. கல்லூரியில் படிக்கும்போதே அவரும் அவருடைய நண்பர்களும் சொந்த மாகத் தொழில் செய்யவேண்டும் என்ற எண்ணத்தால் தூண்டி இழுக்கப்பட்டார்கள். கல்லூரிப் படிப்பின்போது பல தொழில் முனைவர்களுடன் ஏற்பட்ட சந்திப்புகள் அவர்களுடைய உந்துதலை மேலும் அதிகரித்தன. 2002-ம் ஆண்டு கல்லூரிப் படிப்பை முடித்த ஹரி, இரண்டு ஆண்டுகள் மென்பொருள் சேவை நிறுவனம் ஒன்றில் பணியாற்றினார். பணியில் இருந்த படியே நேரம் கிடைக்கும்போதெல்லாம், நண்பர்களுடன் சேர்ந்து பிசினஸ் திட்டத்தைச் செறிவுபடுத்தினார்.

திட்டங்கள் ஓரளவு தெளிவடைந்தவுடன் 2004-ம் ஆண்டு தன் வேலையை விட்டுவிட்டு நண்பர்களுடன் சேர்ந்து தன்னுடைய நிறுவனத்தைத் தொடங்கினார். சுய முதலீடாகச் சுமார் ஒன்பது லட்சம் ரூபாயை அவரும் அவருடைய நண்பர்களும் சேர்ந்து முதலீடு செய்தார்கள். சுமார் ஒரு வருடத்துக்குப் பிறகு ஒரு NRI ஏஞ்சல் முதலீட்டாளர் ஐம்பது லட்ச ரூபாய் என்கிற கணிசமான தொகையை இந்த நிறுவனத்தில் முதலீடு செய்தார். அந்த முதலீட்டின்மூலம் அவர்கள் நிறுவனம் நல்ல வளர்ச்சி அடைந்தது. 2008-ம் ஆண்டு சென்னை ஏஞ்சல்ஸி டமிருந்து மேலும் அதிகமான ஒரு தொகையை முதலீடாகப் பெற்றார்கள். அதன் மூலம் ஹைதராபாத்திலிருந்து சென்னை, பெங்களூரு ஆகிய நகரங்களில் தங்கள் சேவைகளை விரிவுபடுத்தினார்கள்.

2010-ம் ஆண்டில் அவர்கள் நிறுவனம் 1.2 கோடி வருவாயுடன், நானூறு ஊழியர்களைக் கொண்ட ஒரு நிறுவனமாக வளர்ந் திருந்தது. இத்தகைய சிறப்பான வளர்ச்சி அடைந்திருந்தும் 2010-ம் ஆண்டு வேறொரு பெரிய நிறுவனத்துக்கு அவர்களுடைய நிறுவனத்தை விற்றுவிட்டுத் தாங்கள் தொடங்கிய பிசினஸை விட்டு வெளியேறினார்கள் ஹரியும் அவரது நண்பர்களும்.

உழவில் நல்ல மகசூல் பெறவேண்டுமானால் நல்ல பயிர் வைத்தால் மட்டும் போதாது. அதைத் தக்க சமயத்தில் அறுவடையும் செய்யவேண்டும். பிஞ்சுக்கும் முற்றலுக்கும் சந்தையில் விலை கம்மியாகத்தான் கிடைக்கும்.

சமுதாயம் மற்றும் பொருளாதார வளர்ச்சியில் தொழில்முனைப வர்கள் வேலை வாய்ப்பு உருவாக்குதல், புதுமையைக் கொண்டு வருதல் எனப் பல முக்கியப் பங்காற்றினாலும் அவர்களின் தலையாயப் பங்கு செல்வத்தை உருவாக்குவதுதான். அந்த வகையில் பார்த்தால் தாங்கள் தொடங்கிய நிறுவனம் பிறர் மேலாண்மையில் இன்னும் அதிக செல்வத்தை உருவாக்கும் என்ற நிலைமை வந்தால், தொழில்முனைபவர் தன் நிறுவன மேலாண்மையைத் தகுதியான நபர் ஒருவரிடம் ஒப்படைத்து விட்டு ஒதுங்கிக்கொள்ளவேண்டும். அவ்வாறு நடக்கும் பட்சத்தில் நிறுவனத்தின் உரிமையையும் நல்ல விலை கிடைத்தால் விற்றுவிடுவதில் தவறில்லை.

ஒரு நிறுவனத்தை உருவாக்குவதற்குத் தேவையான திறன்கள் வேறு; அதன் வளர்ச்சிக்குத் தேவையான திறன்கள் வேறு.

உருவாக்குவதற்கு, ஐடியா ஜெனரேஷன் திறமை இருந்தால் போதும். ஆனால் ஒரு நிலைக்குமேல் வளரச் செய்வதற்குச் செயலாக்கும் அல்லது அமல்படுத்தும் திறன் வேண்டும். 'நாங்கள் தொழில் செய்வதில் இறங்கியபிறகுதான் தெரிந்தது ஐடியா வை உருவாக்குவது எளிது, ஆனால் அதைச் செயலாக்குவது கடினம் என்று' என்றார் ஹரி.

Schoolmate என்ற பெயரைக் கொண்ட ஹரியின் நிறுவனம் பள்ளிக்கூடம் பற்றிய அறிவிப்புகளை பெற்றோர்களுக்குக் குறுஞ்செய்தி மூலம் தெரியப்படுத்தும் சேவையை அளித்து வந்தது. ஹைதராபாத்தில் தங்கள் சேவையைத் தொடங்கிய அந்த நிறுவனம், பெற்றோர்கள் மத்தியில் நல்ல வரவேற்பைப் பெற்றது.

'ஆனால் மூன்று நகரங்களுக்கு எங்கள் சேவையை விரிவுபடுத்து வதற்குக் கிட்டத்தட்ட ஐந்து வருடங்கள் ஆயின. ஆரம்பித்த ஐந்து வருடங்களில் ஐம்பது நகரங்களில் ஊடுருவ நினைத்திருந்த எங்களுக்கு, நாங்கள் அடைந்த முன்னேற்றத்தில் திருப்தி இல்லை. நாங்கள் வைத்திருந்த வளர்ச்சி இலக்கை அடையும் ஆற்றல் எங்களுக்குள் இல்லை என்றும் புரிந்தது. அந்தச் சமயத்தில் எங்களுக்கு இரண்டு வழிகள்தான் தெரிந்தன.'

'ஒன்று, அனுபவம் வாய்ந்த ஒருவரை எங்கள் நிறுவனத்தில் ஒரு முக்கியப் பொறுப்பில் நியமிப்பது. நாங்கள் அனைவரும் இளம் வயதில் இருந்ததால், நல்ல அனுபவம் வாய்ந்த ஒருவரை எங்களால் மேலாண்மை செய்ய முடியுமா என்ற ஐயம் எழுந்தது. அதனால் இந்த வழியைக் கைவிட்டோம்.

'இரண்டாவது, எங்கள் நிறுவனத்தையும் நாங்கள் உருவாக்கி யிருந்த தொழில்நுட்பத்தையும் ஒரு பெரிய நிறுவனத்திடம் விற்றுவிட்டு நாங்கள் தொடங்கிய நிறுவனத்தை விட்டு வெளியேறுவது. அந்தச் சமயத்தில் எங்கள் சேவைகள் சற்றுப் பிரபலம் அடைந்திருந்ததால், எங்கள் நிறுவனத்தை வாங்கு வதில் பலருக்கும் ஆர்வம் இருந்தது. சிறந்த மதிப்பீடு அளித்த ஒரு நிறுவனத்திடம் எங்கள் பிசினஸை விற்றுவிட்டு நாங்கள் வெளியேறினோம்.'

'ஐந்து வருடங்கள் உங்கள் நிறுவனம் வளரக் கடுமையாக உழைத்த நீங்கள், இப்படித் திடீரென்று வெளியில் வந்தது உசிதம்தானா?' என்றேன் நான்.

கேள்வி: நான் வெல்டிங் தொழில் செய்கிறேன். இந்தத் தொழிலைச் சிறப்பாக நடத்துவதற்கு வழி இருந்தால் சொல்லுங்கள்.

பதில்: பொதுவாக பிசினஸின் அடிப்படையை இரண்டாக வகைப்படுத்தலாம். ஒன்று, குறைந்த விலையில் பொருட்களை யும் சேவைகளையும் அளிப்பது; இரண்டாவது வியத்தப் படுத்துவது. குறைந்த விலை உத்தியை பின்பற்றும் நிறுவனங்கள் தாங்கள் செய்வதைத் திறம்படச் செய்யவேண்டும், புதுமையாக இருக்கவேண்டியது அவசியமில்லை. வியத்தப்படுத்தும் உத்தியை நிறுவனங்கள் போட்டி நிறுவனங்களிடமிருந்து வித்தியாசப்பட்டு இருக்கவேண்டும். வித்தியாசம் என்பது ஏதேனும் ஒரு பரிமாணத்தில் - புதுவகையான பொருட்களையும் சேவைகளையும் அளிப்பதிலேயோ, துரித நேரத்தில் வேலைகளை முடித்துக் கொடுப்பதிலேயோ, மிக உயரிய தரத்தில் பொருட்கள் வழங்குவதிலேயோ இருக்கலாம். இரண்டு அணுகுமுறைகளிலும் சாதகங்களும் பாதகங்களும் உண்டு. உங்கள் செயல்திறனுக்கு ஏற்ற உத்தியை நீங்கள் பின்பற்றலாம்.

சிறிய மற்றும் ஆரம்ப நிலை நிறுவனங்கள் இவ்விரண்டு உத்திகளில் எதைப் பின்பற்றுவது என்று ஆராய்ந்து தெளிவு படுத்திக்கொள்வது நல்லது. சிறிய நிறுவனங்கள் ஒரே சமயத்தில் இரண்டையும் பின்பற்றுவது என்பது அவ்வளவு எளிதல்ல. அவ்வாறு பின்பற்றினால் சில சமயம் திரிசங்கு மகாராஜாவைப் போல் தத்தளிக்கவேண்டியிருக்கும்.

எத்தகைய உத்தியை நீங்கள் பின்பற்றுவதாக இருந்தாலும், உங்களைப் போன்ற முதிர்ச்சியான தொழில் புரிபவர்கள் மார்க்கெட்டிங்கில் சற்றுக் கவனம் செலுத்துவது நல்லது. உங்களின் மிகச் சிறந்த விளம்பரமும் விற்பனையாளரும், உங்களின் சேவையில் திருப்தி அடைந்திருக்கும் தற்போதைய வாடிக்கையாளர்களே. ஆர்டர் முடித்து காசு வாங்கின கையுடன் அவர்கள் தொடர்பு முடிந்துவிட்டது என்று இருந்துவிடாதீர்கள். அந்தப் பரிமாற்றம் முடிந்தாலும் தொடர்பு முடியக்கூடாது. புது வருடப் பிறப்பு, பண்டிகை தினங்கள் போன்ற நாட்களில் வாழ்த்து தெரிவிப்பது தொடர்பைத் தக்க வைத்துக்கொள்ள ஓர் எளிய வழியாகும். இத்தகைய சின்னச்சின்னச் செயல்கள் வருங்காலத்தில் உங்கள் பிசினஸ் வளர நல்ல வழி வகுக்கும்.

‘நாங்கள் நன்கு யோசித்த எடுத்த முடிவு இது. எங்கள் நிறுவனம் நாங்கள் அளித்துவந்த சேவைகளுக்குச் சந்தையில் நல்ல வரவேற்பு இருப்பதைப் புலப்படுத்தியது. நாளை, பொருள் பலம் கொண்ட ஒரு நிறுவனம் சந்தையில் புகுந்து மார்க்கெட் ஷேரை அபகரித்துக்கொண்டால் அப்போது இருந்ததைவிட எதிர்காலத்தில் எங்கள் நிறுவனத்தின் மதிப்பு குறைந்துபோய் விடலாம் என்பதை நாங்கள் உணர்ந்தோம். அவ்வாறு நேர்ந்தால் அந்த இக்கட்டான கட்டத்தில் நல்ல மதிப்பீடும் கிடைக்காது. உள்ளதும் போச்சுடா நொள்ளைக் கண்ணா என்ற பரிதாப நிலையில் நாங்கள் இருக்க விரும்பவில்லை.’

‘தொழில்முனைபவராக இருந்தபோது கிடைத்த அனுபவங்கள் உங்களுக்கு இப்போது உதவுகின்றனவா?’ என்றேன் நான்.

‘இன்று நான் வேறொரு கம்பெனியில் பணியாற்றி வருகிறேன். ஆனால் தொழில்முனையும்போது பெற்ற அனுபவங்கள் இப்போதும் எனக்கு நல்ல உதவியாக இருக்கிறது. குறிப்பாக மூன்றைச் சொல்வேன். முதலாவது, என்னால் வேகமாக முடிவு கள் எடுக்க முடிகிறது. இரண்டாவது, என்னுடைய மேலதிகாரி யின் வழிகாட்டுதலுக்காகக் காத்திருக்காமல் என்னால் தன்னிச்சையாகச் செயல்பட முடிகிறது. மூன்றாவது, பணத்தின் மதிப்பை என்னால் நன்கு உணர முடிகிறது’ என்றார் ஹரி.

‘எப்படி?’

‘நான் தொழில் தொடங்குவதற்குமுன் பணியில் இருந்தபோது இரண்டு மூன்று ஆயிரம் எல்லாம் அவ்வளவு பெரிதாகத் தெரிந்ததில்லை. ஆனால் எங்கள் நிறுவனத்தில் பணப் பற்றாக்குறை ஏற்பட்டபோது இரண்டு மூன்று ஆயிரம் ரூபாய் இருந்தால் ஓர் ஊழியரின் மாதச் சம்பளத்தைத் தக்க நேரத்தில் கொடுக்க முடியுமே என்பதை உணர்ந்தேன்.’

கடைசியாக நான் சொல்வது ஒன்றைத்தான்: எது எப்படி யானாலும் சரி, தொடங்கிய நிறுவனத்திலிருந்து வெளியேறு வதை ஒரு முடிவாகக் கருதாமல், அடுத்த கட்டப் பயணத்தின் ஆரம்பமாக எடுத்துக் கொள்ளுங்கள். பாடலாசிரியர் கங்கை அமரனின் வரிகளில் சொல்லப்போனால், ‘ஒரு கதை என்றும் முடியலாம், முடிவிலும் ஒன்று தொடரலாம்; இனியெல்லாம் சுகமே!’

www.ingramcontent.com/pod-product-compliance
Lightning Source LLC
LaVergne TN
LVHW100339051026
849518LV00003B/848
* 9 7 8 8 1 8 4 9 3 7 4 7 3 *